베·트·남·어

포켓 단어짱

ㄱ

가게	cửa hàng	끄어 항
가격	giá cả	자 까
가격	giá tiền	자 띠엔
가격을 내리다	giảm giá	잠 자
가까이 가다	tới gần	떠이 건
가깝다	gần	건
가끔	hiếm khi	히엠 키
가난하다	nghèo	응애오
가능	được, khả năng	드억, 카 낭
가다	đi	디
가르치다	dạy	자이 (야이)
가르키다	chỉ ra	찌 라 (=자)
가방	túi	뚜이
	túi xách	뚜이 싸익(샥)
	cái giỏ xách	까이 조 싸익(샥)
가볍다	nhẹ	내
가사歌詞	lời bài hát	러이 바이 핱

가수	ca sĩ	까 씨(시)
가스	gas	가스
가슴	ngực	응윽
가위	kéo	깨오
가을	mùa thu	무아 투
가져가다	đem đi	댐 디
가져오다	đem đến	댐 덴
가족	gia đình	자(야) 딩
간	gan	간_肝
간장	nước tương	느억 뜨엉
간지럽다	ngứa	응으아
간호사	y tá	이 따
갈아입다 옷을	thay áo	타이 아오
감각	cảm giác	깜 작
감기	bệnh cảm	벤 깜
감기약	thuốc cảm	투옥 깜
감독	quan đốc	꾸안 독
감보디아	Campuchia	깜뿌찌아
감사하다	cảm ơn	깜 언
감상	cảm tưởng	깜 뜨엉
감자	khoai tây	코아이 떠이

감정	tình cảm	띵 깜
갑자기, 돌연히	đột nhiên	돝 니엔
강도	cướp	끄업
강제하다	ép buộc	엡 부옥
같다	bằng nhau, giống	방 냐우, 종
같이	cùng với	꿍 버이
갚다돈을	trả tiền	짜 띠엔
개	con chó	꼰 쪼
개구리	ếch	에익
개성적	độc lập	독 럽
개인	cá nhân	까 년
거리	khoảng cách	코앙 까익(각)
거울	gương	그엉
거의, 대부분의	hầu hết	허우 헽
거주하다	lưu trú	르우 쭈
거짓말하다	nói dối	노이 조이
걱정되다	lo lắng	로 랑
건강하다	khỏe	코애
	mạnh	마잉(만)
	sức khỏe	쓱(슥) 코애
건물	tòa nhà	또아 냐

건축	kiến trúc	끼엔 쭉	ㄱ
건축하다,설계하다	xây dựng	써이(서이) 증(융)	
걸어서 가다	đi bộ	디 보	
검사하다	kiểm tra	끼엠 짜	
검정색	đen	댄	
겉모습	vẻ ngoài	배 응오아이	
겉모습	bề ngoài	배 응오아이	
게	con cua	꼰 꾸아	
게임, 놀이	trò chơi	쪼 쩌이	
겨울	mùa đông	무아 동	
견디다	nhẫn nại	년 나이	
결과	kết quả	껠 꾸아	
결점, 단점	khuyết điểm	꾸위엩 디엠	
결정하다	quyết định	꾸위엩 딩	
결혼식	đám cưới	담 끄어이	
결혼하다	kết hôn	껠 혼	
경기	cuộc thi đấu	끄옥 티 다우	
경비	chi phí	찌 피	
경영	kinh doanh	낑 조아잉(조안)	
경우	trường hợp	쯔엉 헙	
경쟁하다	cạnh tranh	까잉(깐) 짜잉(짠)	

경제	kinh tế	낑 떼
경찰	cảnh sát	까잉(깐) 쌀(삳)
경험	kinh nghiệm	낑 응이엠
계란	trứng	쯩
계산적이다	tính toán	띵 또안
계산하다	tính tiền	띵 띠엔
계속하다	tiếp tục	띠엡 뚝
계약	hợp đồng	헙 동
계절	mùa	무아
계좌번호	số tài khoản	쏘(소) 따이 코안
계획	kế hoạch	께 호아익(호악)
고구마	khoai	코아이
고기	thịt	틷
고기구이	thịt nướng	틷 느엉
고생	gian khổ	잔 코
고생하다	vất vả	벋 바
고속기차	tàu tốc hành	따우 똑 하잉(한)
고속도로	đường cao tốc	드엉 까오 똑
고양이	con mèo	꼰 매오
고의하다	cố ý	꼬 이
고전	cổ điển	꼬 디엔

고추	ớt	얼
고치다, 수정하다	sửa chữa	쓰아(스아) 쩌어
고향	quê	꾸에
고혈압	cao huyết áp	까오 후위옡 압
곤충	côn trùng	꼰 쭝
공기	không khí	콩 키
공무원	viên chức	비엔 쯕
공부하다	học	혹
공산주의	chủ nghĩa cộng sản	쯔 응이아 꽁 싼(산)
공업	công nghiệp	꽁 응이엡
공원	công viên	꽁 비엔
공장	công trường	꽁 쯔엉
공장	nhà máy	냐 마이
공중전화	điện thoại công cộng	디엔 또아이 꽁 꽁
공평하다	công bằng	꽁 방
공항	sân bay	썬(선) 바이
공해	ô nhiễm	오 니엠
과거	quá khứ	꾸아 크
과일	hoa quả	호아 꾸아
과자	bánh kẹo	바잉(반) 깨오
과학	khoa học	코아 혹

관계	quan hệ	꾸안 헤
관광	tham quan	탐 꾸안
관련있다	liên quan	리엔 꾸안
관리자	người quản lý	응어이 꾸안 리
광고하다	quảng cáo	꾸앙 까오
광장	quảng trường	꾸앙 쯔엉
괜찮다	không sao	콩 싸오(사오)
괴롭다	khổ sở	코 써(서)
교류	giao lưu	자오 르우
교실	lớp học	럽 혹
교육하다	đào tạo	다오 따오
	giáo dục	자오 죽(육)
교재	sách giáo khoa	싸익(삭) 자오 코아
교통	giao thông	자오 통
교통사고	tai nạn giao thông	따이 난 자오 통
교회	nhà thờ	냐 터
구걸하다	ăn mày	안 마이
구(區)	quận	꾸언
구름	mây	머이
구멍	lỗ	로
구별하다	phân biệt	펀 비엘

구역	khu vực	쿠 븍
국가國歌	quốc ca	꾸옥 까
국가國家	quốc gia	꾸옥 자
국경	biên giới	비엔 저이
국기國旗	quốc kì	꾸옥 끼
국립공원	công viên quốc gia	꽁 비엔 꾸억 자
국적	quốc tịch	꾸억 띡
군대	quân đội	꾸언 도이
군인	quân nhân	꾸언 년
굽다 불에	nướng	느엉
권 책 세는 단위	cuốn	꾸온
권력	quyền lực	꾸위엔 럭
귀	tai	따이
귀국	về nước	베 느억
귀신	ma	마
귀신 이야기	chuyện ma	쭈위엔 마
귀엽다	dễ thương	제(예) 트엉
귀엽다/예쁘다	xinh	씽(신)
규정	quy định	꾸이 딩
규칙	quy tắc	꾸이 딱
그 때	lúc đó	룩 도

그 때	lúc nãy	룩 나이
그 후	sau đó	싸우(사우) 도
그 남자	anh ấy	아잉(안) 어이
그 he	nó	노
그것	cái đó	까이 도
그들	họ	호
그러나, 그런데	nhưng	능
그리고	và	바
그리다 그림을	vẽ tranh	배 짜잉(짠)
그림	bức tranh	븍 짜잉(짠)
그림엽서	bưu thiếp	브우 티엡
그만두다	ngưng	응응
그저께	hôm kia	홈 끼아
근거하다	căn cứ	껀 끄
금金	vàng	방
금방, 막	vừa	브아
금지	cấm	껌
급우 classmate	bạn học cùng	반 혹 꿍
급한 일	việc gấp	비엑 겁
기간	thời hạn	터이 한
기관	cơ quan	꺼 꾸안

기념	kỷ niệm	끼 니엠
기념일	ngày kỷ niệm	응아이 끼 니엠
기다리다	đợi	더이
기대하다	mong đợi	몽 더이
기독교	đạo tin lành	다오 띤 라잉(란)
기르다	nuôi dưỡng	누오이 즈엉(유엉)
기름	dầu	저우(여우)
기분	tâm trạng	떰 짱
기분 좋게	vui lòng	부이 롱
기분나쁘다	khó chịu	코 찌우
기생충	ký sinh trùng	끼 씽(신) 쭝
기숙사	ký túc xá	끼 둑 싸(사)
기술	kỹ thuật	끼 투얼
기술자	kỹ sư	끼 쓰(스)
기억하다	nhớ lại	녀 라이
기자	nhà báo	냐 바오
기초	sơ cấp	써(서) 껍
기침하다	ho	호
기회	cơ hội	꺼 호이
긴급	khẩn cấp	컨 껍
긴장하다	căng thẳng	깡 탕

길다	dài	자이(야이)
길道	đường	드엉
길을 잃다	lạc đường	락 드엉
깊다	sâu	써우(서우)
깨끗하다	sạch	싸익(삭)
꺼내다	lấy	러이
꽃	hoa	호아
꿀	mật ong	멑 옹
꿈	mơ ước	머 으억
	ước mơ	으억 머
꿈꾸다	nằm mơ	남 머
끓다	nấu	너우
끝나다	xong	쏭(송)
끝내다	kết thúc	껱 툭

ㄴ

나	tôi	또이
나가다	ra khỏi	라(=자) 코이
나무	cây	꺼이
나뭇잎	lá cây	라 꺼이
나비	con bướm	꼰 부엄
나쁘다	xấu	싸우(사우)
나쁜 감정, 반감	ác cảm	악 깜
나이	tuổi	뚜오이
나이트클럽	vũ trường	부 쯔엉
낙지	con bạch tuộc	꼰 바익(박) 뚜옥
낚시	câu cá	꺼우 까
날다	bay	바이
날씨	khí hậu	키 허우
	thời tiết	터이 띠엩
남동생	em trai	앰 짜이
남성, 남자	đàn ông	단 옹
남자	con trai	꼰 짜이
남쪽	phía nam	피아 남

남편	chồng	쫑
낭비하다	lãng phí	랑 피
낳다	đẻ	대
내기하다	cá cược	까 끄억
내년	sang năm	쌍 (상) 남
내리다	xuống	쑤옹 (수옹)
내용	nội dung	노이 중 (융)
내일	ngày mai	응아이 마이
내장	ruột	주옽 (루옽)
냉장고	tủ lạnh	뜨 라잉 (란)
넓다	rộng	롱 (=종)
넘어지다	ngã	응아
넣다	cho vào	쪼 바오
네덜란드	Hà Lan	하 란
노동	lao động	라오 동
노동자	công nhân	꽁 년
노동자	người lao động	응어이 라오 동
노래하다	hát	핱
노력하다	cố gắng	꼬 강
노인	người già	응어이 자
녹음하다	ghi âm	기 엄

논	ruộng	루옹(=주옹)
논평하다	bình luận	빙 루언
놀다	chơi	쩌이
놀라다	ngạc nhiên	응악 니엔
놀러가다	đi chơi	디 쩌이
놀이터	khu vui chơi	쿠 부이 쩌이
농민	nông dân	농 전(연)
농업	nông nghiệp	농 응이엡
높다	cao	까오
뇌	não	나오
뇌물	hối lộ	호이 로
누구	ai	아이
누나, 언니	chị	찌
눈目	mắt	맡
눈물	nước mắt	느억 맡
눈雪	tuyết	뚜위엩
뉴스	tin tức	띤 뜩
느끼다	cảm thấy	깜 터이
느끼하다	chán ngấy	짠 응어이
늙다	cũ	꾸
능력	năng lực	낭 륵

ㄷ

다르다	khác	칵
다른 사람	người khác	응어이 칵
다리橋	cầu	꺼우
다리미	bàn là, bàn ủi	반 라, 반 우이
다리足	chân	쩐
다스dozen, 12	một tá	몯 따
다시 만나다	gặp lại	갑 라이
다음 번	lần sau	런 싸우(사우)
다이아몬드	kim cương	낌 끄엉
다이어트하다	ăn kiêng	안 끼엥
단어	từ	뜨
단정하다	đơn giản	던 잔
닫다	đóng	동
닫다 문을	đóng cửa	동 끄어
달1월, 2월..	tháng	탕
달하늘의 달	mặt trăng	맏 짱
달다	ngọt	응옫

달력	tờ lịch	떠 릭
달리다	chạy	짜이
닭	con gà	꼰 가
닭고기	thịt gà	틷 가
담배	thuốc lá	트악 라
당뇨병	bệnh đái đường	벤 다이 드엉
당신들, 여러분	các bạn	깍 반
당연하다	tất nhiên	떹 니엔
대개	thông thường	통 트엉
대나무	cây tre	꺼이 쩨
대륙	đại lục	다이 룩
대만	Đài Loan	다이 로안
대머리	hói đầu	호이 더우
대변	đại tiện	다이 띠엔
대사관	đại sứ quán	다이 쓰(스) 꾸안
대신하다	thay thế	타이 테
대접하다	tiếp đãi	띠엡 다이
대통령	tổng thống	똥 통
대학교	đại học	다이 혹
대학생	sinh viên	씽(신) 비엔
대합실, 응접실	phòng chờ	퐁 쩌

대화	hội thoại	호이 토아이
더럽다	bẩn	번
던지다	ném	냄
덥다	nóng	농
도난	ăn cướp	안 끄업
도둑, 도둑질하다	ăn trộm	안 쫌
도마뱀	thạch sùng	타익(탁) 쑹(숭)
도망가다	trốn	쫀
도서관	thư viện	트 비엔
도시	đô thị	도 티
도와주다, 거들다	giúp	줍
도착하다	đến nơi	덴 너이
도쿄	Tokyo	또끼오
독신	độc thân	독 턴
독특	đặc sắc	닥 싹(삭)
독하다	độc	독
독학	tự học	뜨 혹
돈	tiền	띠엔
돌다	rẽ	래(=재)
돌보다	chăm sóc	짬 쏙(속)
돌아가다	về	베

돕다	giúp đỡ	줍 더
동기motivation	động cơ	동 꺼
동남아	Đông Nam Á	동 남 아
동물	động vật	동 벝
동방	Đông Phương	동 프엉
동봉하다	gửi kèm	그이 껨
동아	Đông Á	동 아
동전	tiền xu	띠엔 쑤(수)
동쪽	phía đông	피어 동
돼지	con lợn	꼰 런
돼지고기	thịt lợn	틷 런
되풀이하다	nhắc lại	냑 라이
두껍다	dày	자이(야이)
두부	đậu phụ	다우 푸
두통	đau đầu	다우 더우
둘, 2	hai	하이
둘 다 both	cả hai	까 하이
드물다	hiếm	히엠
듣다	nghe	응애
들어가다	đi vào	디 바오
등	lưng	릉

등록, 신청하다	đăng ký	당 끼
등록비	lệ phí	레 피
디자인	thiết kế	티엗 께
따뜻하다	ấm áp	엄
따라하다	bắt chước, làm theo	받 쯔억, 람 테오
딱딱하다	cứng	끙
딸기	dâu tây	저우(여우) 떠이
땀	mồ hôi	모 호이
땅	đất	덛
땅	lục địa	룩 디아
때리다	đánh	다잉(단)
떨어지다	rơi	러이(=저이)
…또는…	hay	하이
똑같이	giống nhau	종 냐우
똑똑하다	khôn	콘
똑바로, 직진	thẳng	탕
똥	cứt	끋
뚱뚱하다	béo	배오
뜨거운 물	nước nóng	느억 농

ㄹ

라디오	radio	라디오
라면	mỳ ăn liền	미 안 리엔
러시아	Nga	응아
레몬	chanh	짜잉(짠)
레스토랑	nhà hàng	냐 항
렌터카	xe thuê	쌔(새) 투에
렌트하우스	nhà cho thuê	냐 쪼 투에

ㅁ

마루	sàn nhà	싼(산) 냐
마르다반:뚱뚱하다	gầy	거이
마르다乾	khô	코
마시다	uống	우옹

마약	ma túy	마 뚜이
마을	làng	랑
마음	tấm lòng	떰 롱
마중 나가다	tiễn	띠엔
마지막	cuối cùng	꾸오이 꿍
마케팅	tiếp thị	띠엡 티
마피아	mafia	마피아
막내	con út	꼰 웉
만나다	gặp	갑
만万	vạn	반
만약~라면	nếu	네우
만원, 매진	hết chỗ	헽 쪼
만족하다	thỏa mãn	토아 만
만지다	sờ	씨(서)
만화	truyện tranh	쭈위엔 짜잉(짠)
많다	nhiều	니에우
말馬	con ngựa	꼰 응어
말을 잘하다	khéo mồm	케오 몸
말하다	nói	노이
맛보다	nếm	넴
맛있다	ngon	응온

매일	mỗi ngày	모이 응아이
매춘	mại dâm	마이 점(염)
매춘녀	gái mãi dâm	가이 마이 점(염)
맥주	bia	비아
맨 몸	trần truồng	쩐 쭈옹
맵다	cay	까이
머리	đầu	다우
머리띠	kẹp tóc	껩 똑
머리카락	tóc	똑
먹다	ăn	안
먹보식욕이 강하다	tham ăn	탐 안
먼지	bụi	부이
멀다	xa	싸(사)
메뉴 menu	thực đơn	특 던
면 라면, 당면…	mỳ	미
면도칼	dao cạo	자오(야오) 까오
면세	miễn thuế	미엔 투에
면세점	cửa hàng miễn thuế	끄어 항 미엔 투에
면적	diện tích	지엔 틱
명사	danh từ	자잉(얀) 뜨
명함	danh thiếp	자잉(얀) 티엡

몇	mấy	머이
모기	con muỗi	꼰 무오이
모두	mọi người	모이 응어이
모래	cát	깥
모르다	không biết	콩 비엘
모습	hình dáng	힝 장(양)
모자	mũ	무
모험하다	mạo hiểm	마오 히엠
목격자	nhân chứng	년 쯩
목마르다	khát	캍
목소리	giọng nói	종 노이
목적	mục đích	묵 딕
몸무게, 체중	cân nặng	껀 낭
몹시 귀찮다	rắc rối	작(락) 로이(조이)
못나다, 보기흉하다	xấu xí	싸우(사우) 씨(시)
무겁다	nặng	낭
무게를 재다	cân	껀
무대	sân khấu	썬(선) 커우
무덤	mả, mồ	마, 모
무료	miễn phí	미엔 피
무섭다	sợ	써(서)

무엇	cái gì	까이 지
무역	thương mại	트엉 마이
무책임한 모양, 엉터리	cẩu thả	꺼우 타
	vô trách nhiệm	보 짜익 념
무효	vô hiệu	보 히에우
묶어 놓다, 연결하다	buộc	부옥
문	cửa	끄어
문법	ngữ pháp	응어 팝
문을 열다	mở cửa	머 끄어
문자	chữ	쯔
문장	câu văn	꺼우 반
문제	vấn đề	번 데
문학	văn học	반 혹
물	nước	느억
물가	vật giá	벋 자
물건	đồ	도
물방울	giọt sương	좓 쓰엉(스엉)
미국	Mỹ	미
미끄럽다	trượt	쯔얻
미래	tương lai	뜨엉 라이
미술	mỹ thuật	미 투얻

미용실	thẩm mỹ viện	탐 미 비엔
미용실	viện thẩm mỹ	비엔 탐 미
미원	mì chính	미 찐
민족	dân tộc	전(언) 똑
민족춤	múa dân tộc	무아 전(언) 똑
민주주의	chủ nghĩa dân chủ	쯔 응이아 전(언) 쯔
믿다	tin	띤
밀가루	bột mì	봍 미
밉다, 싫다	ghét	갣

ㅂ

바꾸다	đổi	도이
바나나	chuối	쭈오이
바다	biển	비엔
바람	gió	조
바보, 멍청하다	ngu xuẩn	응우 쑤언(수언)
바쁘다	bận	번
바지	quần	꾸언
박물관	bảo tàng	바오 땅
박스box	thùng	퉁
반	một nửa	몯 느아
반갑게	vui mừng	부이 믕
반대하다	phản đối	판 도이
반도	bán đảo	반 다오
반지	nhẫn	년
반환하다	trả lại	짜 라이
발견하다	khám phá	캄 파
발음	phát âm	팓 엄

발톱	móng	몽
밝다	sáng	쌍(상)
밥	cơm	껌
방	phòng	퐁
방귀	rắm	잠(람)
방문자	khách tham quan	카익(칵) 탐 꾸안
방문하다	thăm	탐
방법	phương pháp	프엉 팝
방향	phương hướng	프엉 흐엉
배고프다	đói bụng	도이 붕
배부르다	no	노
배신하다	phản bội	판 보이
배우	diễn viên	지엔(위엔) 비엔
배터리	pin	핀
배편船便	bờ biển	버 비엔
백금	bạch kim	바익(박) 낌
백화점	cửa hàng tông hợp	끄어 항 똥 헙
뱀	con rắn	꼰 잔(란)
버리다	vứt	블
버스	xe buýt	쎄(새) 부읻
버스 정류장	bến xe	벤 쎄(새)

버터	bơ	버
번역하다	biên dịch	비엔 직(윅)
범위	phạm vi	팜 비
범인	phạm nhân	팜 년
법률	pháp luật	팝 루얻
벗다	cởi	꺼이
베개	gối	고이
베트남	Việt Nam	비엩 남
베트남어	tiếng Việt Nam	띠엥 비엩 남
벨트	thắt lưng	탇 릉
벽	tường	뜨엉
변경하다	thay đổi	타이 도이
변비	táo bón	따오 본
변상하다	đền bù	덴 부
변호사	luật sư	루얻 쓰(스)
변호하다	biện hộ	비엔 호
별	sao	싸오(사오)
병	chai	짜이
병원	bệnh viện	벤 비엔
병病	bệnh	벤
병을 진단하다	khám bệnh	캄 벤

보고싶다	nhớ	녀
보내는 사람	người gửi	응어이 그이
보내다	gửi	그이
보다	xem	쌤(샘)
보상	bồi thường	보이 트엉
보석	đá quý	다 꾸이
보여주다	cho xem	쪼 쌤(샘)
보증금을 내다	đặt cọc	닫 꼭
보증인	người bảo lãnh	응어이 바오 라잉(란)
보증하다	bảo lãnh	바오 라잉(란)
보통	bình thường	빙 트엉
보험	bảo hiểm	바오 히엠
보험회사	công ty bảo hiểm	꽁 띠 바오 히엠
보호하다	bảo hộ	바오 호
복숭아	đào	다오
복숭아 꽃	hoa anh đào	호아 아잉(안) 다오
복잡하다	phức tạp	푹 땁
봄	mùa xuân	무아 쑤언(수언)
봉투	phong bì	퐁 비
부끄럽다	xấu hổ	씨우(시우) 호
부동산	bất động san	벋 동 싼(산)

부드럽다	mềm	멤
부럽다	ghen tị	갠 띠
부르다	gọi	고이
부모	bố mẹ	보 매
부부	vợ chồng	버 쫑
부분	bộ phận	보 펀
부엌	nhà bếp	냐 뻽
부자	giàu	자우
부재중	đi vắng	디 방
북쪽	miền bắc	미엔 박
분시간	phút	풋
분야	ngành	응안
불	lửa	르아
불교	Phật giáo	펏 자오
불법체류	lưu trú bất hợp pháp	르우 쭈 벋 헙 팝
불상	tượng phật	뜨엉 펏
불쌍하다	tội nghiệp	또이 응이엡
불안하다	bất ổn	벋 온
불쾌하다	khó chịu	코 찌우
불편하다	bất tiện	벋 띠엔
불행하다	bất hạnh	벋 하잉(한)

ㅂ

불효하다	bất hiếu	벝 히에우
붐이 일다	bùng nổ	붕 노
붕대	băng dính , băng keo	방 진(윈), 방 께오
브랜디	rượu mạnh	(즈어우)르어우 마잉(만)
브러쉬	bàn chải	반 짜이
비	mưa	므아
비교	so sánh	쏘(소) 싸잉(산)
비누	xà phòng	싸(사) 퐁
비디오테이프	băng video	방 비디오
비밀번호	mã số	마 쏘(소)
	mật khẩu	멑 카우
비싸다	đắt	닽
비옷	áo mưa	아오 므아
비우다	bỏ trống	보 쫑
비정상적이다	bất thường	벝 트엉
비행기	máy bay	마이 바이
비행기표	vé máy bay	배 마이 바이
빈혈	thiếu máu	티에우 마우
빌려주다	cho mượn	쪼 므언
	cho vay	쪼 바이
빌리다	mượn	므언

빌리다	thuê	투에
빌리다돈을	vay	바이
빛, 광선	ánh sáng	아잉(안) 쌍(상)
빠르다	nhanh	냐잉(냔)
빨강	đỏ	도
빨래하다	giặt	쟡
빵, 케이크	bánh	바잉(반)
빵집	cửa hàng bánh	끄어 항 바잉(반)
뼈	xương	쓰엉(스엉)
뽀루지	nhọt	뇥
뿌리다	than	탄

ㅂ

사거리	ngã tư	응아 뜨
사계절	bốn mùa	본 무아
사고	tai nạn	따이 난
사과	táo	따오
사다	mua	무아
~사람	người	응어이
사람이 많다	đông người	동 응어이
사랑	tình yêu	띵 위에우
사랑하다	yêu	위에우
사립	dân lập	전 (연) 럽
사막	sa mạc	싸(사) 막
사무실	văn phòng	반 퐁
사실	sự thật	쓰(스) 턷
사업가	nhà doanh nghiệp	냐 조아잉(요안) 응이엡
사용하다	sử dụng	쓰(스) 중(융)
사장님	giám đốc	잠 독
사전	từ diển	뜨 디엔

사진	ảnh	아잉(안)
사진사	người chụp ảnh	응어이 쭙 아잉(안)
사진을 뽑다	rửa ảnh	즈아(르아) 아잉(안)
사탕	đường	드엉
사투리	tiếng địa phương	띠엥 디아 프엉
사회	xã hội	싸(사) 호이
사회복지	phúc lợi xã hội	푹 러이 싸(사) 호이
산	núi	누이
산책하다	dạo phố	자오(야오) 포
산호	san hô	싼(산) 호
살다	sống	쏭(송)
삶다	luộc	루옥
삼각	tam giác	땀 작
상금돈	tiền thưởng	띠엔 트엉
상인	thương nhân	트엉 년
상인, 물건파는사람	người bán hàng	응어이 반 항
상처	vết thương	벧 트엉
상하다음식	thiu	티우
새	con chim	꼰 찜
새롭다	mới	머이
새우	tôm	똠

색깔	màu	마우
샐러드	xà lách	싸(사) 라익(락)
생각	ý nghĩ	이 응이
생각하다	nghĩ	응이
생리, 월경	kinh nguyệt	낑 응위엘
생리용품	băng vệ sinh	방 베 씽(신)
생산하다	sản xuất	싼(산) 쑤얼(수얼)
생선, 물고기	cá	까
생일	ngày sinh nhật	응아이 씽(신) 녇
생활	sinh hoạt	씽(신) 호알
생활비	tiền sinh hoạt	띠엔 씽(신) 호알
샤워하다	tắm	땀
샴푸	dầu gội đầu	자우(야우) 고이 더우
서두르다	gấp	겁
서류	giấy tờ	저이 떠
서명sign	ký tên	끼 뗀
서비스하는사람	người phục vụ	응어이 푹 부
서양사람	người phương Tây	응어이 프엉 떠이
서점	hiệu sách	히에우 싸익(삭)
서쪽	phương Tây	프엉 떠이
선거하다	bầu cử	버우 끄

선물	quà	꾸아
선물하다	quà tặng	꾸아 땅
선물하다	biếu	비에우
선생님	giáo viên	자오 비엔
선수	cầu thủ	꺼우 트
선택하다	lựa chọn	르어 쫀
설날	tết	뗕
설명하다	giải thích	자이 틱
섬	hòn đảo	혼 다오
성격	tính cách	띵 까익(깍)
성경bible	Kinh thánh	낑 타잉(탄)
성공하다	thành công	타잉(탄) 꽁
성별	giới tính	저이 띵
성省(베트남의 지방, 지역)	tỉnh	띵
성장하다	tăng trưởng	탕 쯔엉
성적	thành tích	타잉(탄) 띡
세계	thế giới	테 저이
세기	thế kỷ	테 끼
세다	đếm	뎀
셋, 3	ba	바
셔츠	áo sơ mi	아오 써(서) 미

소	con bò	꼰 보
소개	giới thiệu	저이 티에우
소고기	thịt bò	틷 보
소금	muối	무오이
소녀	thiếu nữ	티에우 느
소년	thiếu niên	티에우 니엔
소매치기	kẻ móc túi	께 목 뚜이
소박하다	chân chất	쩐 쩓
소설	tiểu thuyết	띠에우 투위엗
소설	tìm	띰
소유자	người sở hữu	응어이 써(서) 흐우
소중하다	quý	꾸이
속도	tốc độ	똑 도
속옷	quần áo lót	꾸언 아오 롣
속이다	lừa	르아
손가락	ngón tay	응온 따이
손님	khách	카익(칵)
손수건	khăn tay	칸 따이
손자	con cháu	꼰 짜우
손톱	móng	몽
손해	thiệt hại	티엗 하이

쇠	thép	텝
쇼핑	mua sắm	무아 쌈(샴)
수건	khăn mặt	칸 맡
수도	thủ đô	트 도
수상首相	thủ tướng	트 뜨엉
수술	phẫu thuật	퍼우 투얻
수염	râu	러우(=저우)
수영복	áo tắm	아오 땀
수영하다	bơi	버이
수입	thu nhập	투 녑
수정하다, 고치다	điều chỉnh	디에우 찐
수준	tiêu chuẩn	띠에우 쭈언
수줍다	ngai	응아이
수출	xuất khẩu	쑤얻(수얼) 커우
수학	toán học	또안 혹
숙제	bài tập	바이 떱
순결하다	thuần khiết	투언 키엩
숟가락	thìa	티아
술	rượu	르어우(=즈어우)
숨기다	giấu	저우
숫자	con số	꼰 쏘(소)

숫자, 번호	số	쏘(소)
숲	rừng	릉(=즁)
쉬다	nghỉ	응이
쉬다	nghỉ ngơi	응이 응어이
쉽다	dễ	제(예)
슈퍼마켓	siêu thị	씨에우(시에우) 티
스위스	Thụy Sĩ	투위 씨(시)
스페인	Tây Ban Nha	따이 반 냐
스페인	Bồ Đào Nha	보 다오 냐
스포츠	thể thao	테 타오
슬리퍼	dép	댑(얩)
슬프다	buồn	브온
습관	tập quán	떱 꾸안
습기	độ ẩm	도 엄
승객	hành khách	하잉(한) 카익(칵)
시간	giờ	저
시간	thời gian	터이 잔
시간에 맞다	kịp	낍
시계	đồng hồ	동 호
시골	vùng quê	붕 꾸에
시끄럽다	ồn	온

시다	chua	쭈아
시스템	hệ thống	헤 통
시市	thành phố	타잉(탄) 포
시詩	thơ	터
시원하다	mát	맡
시작하다	bắt đầu	밭 더우
시장市場	chợ	쩌
시험	thi	티
시험해보다	thử	트
식당	phòng ăn	퐁 안
식물	thực vật	특 벝
식사	bữa ăn	브아 안
신경	thân kinh	턴 낑
신기하다,이상하다	kỳ lạ	끼 라
신뢰하다	tin cậy	띤 꺼이
신문	tờ báo	떠 바오
신발	giầy	저이
신발가게	hiệu giầy	히에우 저이
신부	cô dâu	꼬 저우(여우)
신비하다	huyền bí	후위엔 비
신선	tươi	뜨어이

신용카드	thẻ tín dụng	테 띤 중(융)
신장	thận	턴
신체	thân thể	턴 테
실례하다	thất lễ	털 레
실수하다	phạm lỗi	팜 로이
실업하다	thất nghiệp	털 응이엡
실제로	thực tế	특 떼
실패하다	thất bại	털 바이
실험하다	xét nghiệm	쌛(쌭) 응이엠
심장	trái tim	짜이 띰
십, 10	mười	므어이
싸다	rẻ	래(=재)
싸우다,말싸움하다	cãi nhau	까이 나우
쌀	gạo	가오
썬크림	kem chống nắng	깸 쫑 낭
쓰다글씨를	viết	비엩
쓰다맛이	đắng	당
쓰레기	rác	작(락)
쓰레기통	thùng rác	퉁 작(락)
씻다얼굴을	rửa mặt	르어(즈어) 맡

ㅇ

아기	em bé	앰 배
아내	vợ	버
아는 사이	quen	꾸엔
아름다운 경치	cảnh đẹp	까잉(깐) 뎁
아마…	có lẽ	꼬 래
아버지	bố	보
아쉽다 , 아깝다	tiếc	띠엑
아시아	Châu Á	짜우 아
아오자이	áo dài	아오 자이(야이)
아이디어	sáng kiến	쌍(상) 끼엔
아이디어	ý kiến	이 끼엔
아이스커피	cà phê đá	까 페 다
아저씨	chú	쭈
아주 재미없다	chán ngắt	짠 응알
아침	buổi sáng	부오이 쌍(상)
아침식사	bữa ăn sáng	브어 안 쌍(상)
아프다	đau	다우

아프다배가	đau bụng	다우 붕
아프리카	Châu Phi	짜우 피
악기	dụng cụàm nhạc	중 꾸엄 냑
악어	cá sấu	까 써우(서우)
안개	sương mù	쓰엉(스엉) 무
안경	kính	낑
안과의사	bác sĩ khoa mắt	박 씨(시) 코아 맡
안내원	hướng dẫn viên	흐엉 전(연) 비엔
안내하다	hướng dẫn	흐엉 전(연)
안녕하다/안녕하세요	xin chào	씬(신) 짜오
안다	ôm	옴
안마하다	xoa bóp	쏘아(소아) 봅
안심하다	yên tâm	위엔 떰
안약	thuốc nhỏ mắt	트억 노 맡
안전하다	an toàn	안 또안
앉다	ngồi	응오이
알다	biết	비엩
알려주다정보를	thông báo	통 바오
알아보다	nhận ra	년 라 (=자)
암癌	bệnh ung thư	벤 웅트
앞면	mặt trước	맡 쯔억

애국심	lòng yêu nước	롱 이에우 느억
애인	người tình	응어이 띵
야구	bóng chày	봉 짜이
야단치다	mắng	망
야채	rau	라우(=자우)
야채가게	cửa hàng bán rau	끄어 항 반 라우(=자우)
약	thuốc	트옥
약간	cắn	깐
약국	hiệu thuốc	히에우 트억
약속	hẹn	핸
약속	hứa hẹn	흐아 핸
약점,결점,단점	nhược điểm	느억 디엠
약하다	yếu	이에우
약혼하다	đính hôn	딩 혼
얇다	mỏng	몽
양	lượng	르엉
양력	dương lịch	즈엉(유엉) 릭
양말	tất	떧
양초	nến	넨
양파	hành tây	하잉(한) 떠이
어깨	vai	바이

어디에	ở dâu	어 더우
어려움을 겪다	gặp khó khăn	갑 코칸
어렵다	khó	코
어른, 성인	người lớn	응어이 런
어린이	trẻ	째
어머니	mẹ	매
어울리다	hợp	헙
어울리다	hợp nhau	헙 냐우
어제	hôm nọ	홈 노
어제	hôm qua	홈 꾸아
어휘	từ ngữ	뜨 응으
언제	khi nào	키 나오
언제나, 항상	luôn luôn	루온 루온
얼굴	mặt	맡
얼다	đóng băng	동 방
얼마	bao nhiêu	바오 니에우
얼음	đá	다
엄격하다	nghiêm khắc	응이엠 카
없다	không có	콩 꼬
에어컨	máy lạnh	마이 라잉(란)
여권	hộ chiếu	호 찌에우

여권번호	số hộ chiếu	쏘(소) 호 찌에우
여동생	em gái	앰 가이
여드름	mụn	문
여러가지	các loại	깍 로아이
여름	mùa hè	무아 해
여름 방학	nghỉ hè	응이 해
여보세요 전화	Alô	알로
여성, 여자	đàn bà	단 바
여자	con gái	꼰 가이
여자친구	bạn gái	반 가이
여행	du lịch	주(유) 릭
여행사	công ty du lịch	꽁 띠 주 (유) 릭
여행자	người du lịch	응어이 주(유) 릭
역사	lịch sử	릭 쓰(스)
연구하다	nghiên cứu	응이엔 끄우
연극	kịch	끽
연기	khói	코이
연락하다	liên lạc	리엔락
연못, 늪	ao	아오
연습하다	tập	떱
연예인	diễn viên	지엔(위엔) 비엔

연인	người yêu	응어이 위에우
연장	hoãn	호안
연장하다	gia hạn	자 한
연필	bút chì	붙 찌
열다	mở	머
열쇠	chìa khóa	찌아 코아
열심히	hết sức cố gắng	헽 쓱(슥) 꼬 강
열심히 하다	chăm chỉ	짬 찌
염색하다	nhuộm	누옴
염소	dê	제(예)
영, 0	không	콩
영국	Anh Quốc	아잉(안) 꾸옥
영사관	lãnh sự quán	란 쓰(스) 꾸안
영수증	hóa đơn	호아 던
영수증	biên lai	비엔 라이
영어	tiếng Anh	띠엥 아잉(안)
영웅	anh hùng	아잉(안) 훙
영원히	mãi mãi	마이 마이
영토	lãnh thổ	라잉(란) 토
영향	ảnh hưởng	아잉(안) 흐엉
영화관	rạp chiếu phim	잡(랍) 찌에우 핌

한국어	베트남어	발음
~에	ở	어
예문	ví dụ	비 주(유)
예쁘다	đẹp	뎁
예산	dự toán	주(유) 또안
예상	dự báo	주(유) 바오
예술	nghệ thuật	응에 투얼
예약하다	đặt trước	닫 쯔억
예전에 옛날…	ngày xưa	응아이 쑤아(수아)
예절바른 사람	ngoan	응오안
예정	dự định	주(유) 딩
오늘	hôm nay	홈 나이
오늘 오전	sáng nay	쌍(상) 나이
오다	đến	덴
오렌지	quả cam	꾸아 깜
오르다	lên	렌
오르다	tặng	땅
오른쪽	bên phải	벤 파이
오리	con vịt	꼰 빝
오빠, 형	anh trai	아잉(안) 짜이
오이	quả dưa chuột	꾸아 즈아(유아) 쭈옽
오일	dầu mo	저우(여우) 모

오징어	mực	믁
오토바이	xe máy	쌔(새) 마이
오해하다	hiểu lầm	히에우 럼
오후	buổi chiều	부오이 찌에우
옥수수	ngô	응오
온도	nhiệt độ	니엩 도
온화하다	ôn hòa	온 호아
올라가다	leo	래오
올해	năm nay	남 나이
옮기다	chuyển dời	쭈위엔 저이(여이)
옷 상의	áo	아오
완전	hoàn toàn	호안 또안
왕	vua	부아
왕복	khứ hồi	크 호이
왕복표	vé khứ hồi	배 크 호이
왜	tại sao	따이 싸오(사오)
왜냐하면	vì	비
외과	khoa ngoại	코아 응오아이
외교	ngoại giao	응오아이 자오
외국	ngoại quốc	응오아이 꾸옥
외국인	người nước ngoài	응어이 느억 응오아이

외동 딸, 아들	con một	꼰 못
외롭다	cô đơn	꼬 던
외치다	la	라
왼쪽	bên trái	벤 짜이
요리사	đầu bếp	더우 벱
우리[상대방 포함]	chúng ta	쭝 따
우리[상대방 포함하지 않음]	chúng tôi	쭝 또이
우비	áo mưa	아오 므아
우연히	ngẫu nhiên	응어우 니엔
우울하다	u sầu	우 써우(서우)
우유	sữa	쓰어(스어)
우정	tình bạn	띵 반
우주	vũ trụ	부 쭈
우체국	bưu điện	브우 디엔
우체통	hộp thư	홉 트
우표	bưu phẩm	브우 팜
운동하다	vận động	번 동
운명	vận mệnh	번 멘
운송비	phí vận chuyển	피 반 쭈위엔
운전사	tài xế	따이 쎄(새)
운전자격증	bằng lái xe	방 라이 쎄(새)

운전하다	lái xe	라이 쌔(새)
울다	khóc	콕
울다새가, 소리를 내다	kêu	께우
움직이는 소리	tiếng động	띠엥 동
웃다	cười	끄어이
원망하다	oán giận	오안 전
원숭이	con khỉ	꼰 키
원자폭탄nuclear	bom nguyên tử	봄 응위엔뜨
원하다	muốn	무온
월1월, 2월..	tháng	탕
월급	tiền lương	띠엔 르엉
위급하다	nguy kịch	응위 끽
위기	khủng hoảng	쿵 호앙
위대하다	vĩ đại	비 다이
위로하다	an ủi	안 우이
위반하다	vi phạm	비 팜
위생적이다	vệ sinh	베 씽(신)
위치	vị trí	비 찌
위험하다	nguy hiểm	응이 히엠
유럽	Châu Âu	짜우 아우
유머감각	hài hước	하이 흐억

유명하다	nổi tiếng	노이 띠엥
유적	di tích	지(위) 띡
유창하다 특히 언어	thông thạo	통 타오
유학생	lưu học sinh	르우 혹 씽(신)
유행하다	thịnh hành	틴 하잉(한)
유혹	hấp dẫn	헙 전(연)
은銀	bạc	박
은인	ân nhân	언 년
은행	ngân hàng	응언 항
은혜	ơn	언
음료수	đồ uống	도 우옹
음료수	nước ngọt	느억 응옫
음식	thức ăn	특 안
음식, 반찬	món ăn	몬 안
음악	nhạc	냑
음악	âm nhạc	엄 냑
음악, 노래	bài hát	바이 햇
음악CD	đĩa CD	디아 씨디
응급차	xe cấp cứu	쎄(새) 껍 끄우
의미	ý nghĩa	이 응이아
의사	bác sĩ	박 씨(시)

의자	ghế	게
이 곳	chỗ này	쪼 나이
이것	cái này	까이 나이
이기다	thắng	탕
이론	lý thuyết	리 투위엘
이르다	sớm	썸(섬)
이름	tên	뗀
이름과 성	họ tên	호 뗀
이메일 주소	địa chỉ e-mail	디아 찌 이메일
이메일 e-mail	thư điện tử	트 디엔 뜨
이번	lần này	런 나이
이불	chăn	짠
이사하다	chuyển nhà	쭈위엔 냐
이상하다	kỳ cục	끼 끅
이야기하다	nói chuyện	노이 쭈위엔
이용하다	lợi dụng	러이 중(융)
이유	lý do	리 조(요)
	nguyên nhân	응위엔 넌
이齒	răng	랑(=장)
이인실 2인실	phòng đôi	퐁 도이
이해하기 힘들다	khó hiểu	키 히에우

이해하다	hiểu	히에우
이해해주세요	Thông cảm	통 깜
이혼하다	ly hôn	리 혼
인간	con người	꼰 응어이
인구	dân số	전(연) 쏘(소)
인도	Ấn Độ	안 도
인도네시아	Inđônêxia	인도네시아
인민	nhân dân	년 전(연)
인사	lời chào	러이 짜오
인상	ấn tượng	언 뜨엉
인쇄하다	in	인
인식하다	nhận thức	년 특
인종	nhân chủng	년 쯩
인터넷	Internet	인터넽
인형	búp bê	붑 베
일	công việc	꽁 비엑
일, 용무	việc làm	비엑 람
일日	ngày	응아이
일기	nhật ký	녇 끼
일본	Nhật Bản	녇 반
일본어	tiếng Nhật	띠엥 녇

일어나다	dậy	저이(여이)
일어나다	đứng lên	등 렌
일요일	chu nhật	쭈 녇
일인실,1인실	phòng đơn	퐁 던
일주일	một tuần	몯 뚜언
일하다	làm	람
읽다	đọc	독
잃다	mất	먿
임무	nghĩa vụ	응이아 부
임신하다	có thai	꼬 타이
입	mồm	몸
입구	cổng	꽁
입국하다	nhập cảnh	녑 까잉(깐)
입다	mặc	막
입술	môi	모이
입학하다	nhập học	녑 혹
있다 가운데에	giữa trung tâm	즈아 쭝 떰
있다 앞에	trước	쯔억
있다 옆에	bên cạnh	벤 까잉(깐)
있다 근처에	gần đây	건 더이
있다 땅 밑에	dưới lòng đất	즈어이(으어이) 롱 닫

있다 밑에	dưới	즈어이 (으어이)
있다 안에	trong	쫑
있다 위에	trên	쩬
잊다	quên	꾸엔

ㅈ

자동	tự động	뜨 동
자동판매기	máy bán tự động	마이 반 뜨 동
자랑	tự hào	뜨 하오
자료	tài liệu	따이 리에우
자르다	cắt	깥
자르다 머리를	cắt tóc	깥 똑
자르다 반으로	chia cắt	찌아 깥
자매	chị em	찌 앰
자본가	nhà tư bản	냐 뜨 반
자본주의	chủ nghĩa tư bản	쭈 응이아 뜨 반
자식	con cái	꼰 까이
자신	mình	밍
자연	tự nhiên	뜨 니엔
자원	tài nguyên	따이 응위엔
자유	tự do	뜨 조(요)
자유좌석	ghế ngồi tự do	게 응오이 뜨 조(요)
자전거	xe đạp	쌔(새) 답

작년	năm ngoái	남 응오아이
작다	nhỏ	뇨
	thấp	텁
작은 배	thuyền	투위엔
잔	ly	리 〈남부〉
잔돈	tiền thừa	띠엔 트아
잔디	trả góp	짜 곱
잘 못 하다	kém	깸
잘 하다	giỏi	조이
잘난척하다	kiêu căng	끼에우 깡
잠그다 열쇠를	khóa	코아
잠옷	áo ngủ	아오 응우
잠이 오다	buồn ngủ	부온 응우
잠자다	ngủ	응우
잡다	bắt	밭
잡지	tạp chí	답 찌
장갑	bao tay	바오 따이
장난감	đồ chơi	도 쩌이
장남	trưởng nam	쯔엉 남
장녀	trưởng nữ	쯔엉 느
장례식	lễ tang	레 땅

ㅈ

장사하다	buôn bán	부온 반
장소	chỗ	쪼
장소	địa điểm	디아 디엠
장애인	người tàn tật	응어이 딴 떹
재능	tài năng	따이 낭
재미없다, 심심하다	chán	짠
재미있다	hay	하이
잼	mứt	믇
저	kia	끼아
저것	cái kia	까이 끼아
저녁	tối	또이
저녁	buổi tối	부오이 또이
저녁식사	bữa ăn tối	브어 안 또이
적극적	tích cực	띡 끅
적다	ghi	기
적성	sở trường	써(서) 쯔엉
전공	chuyên môn	쭈위엔 몬
전기	điện	디엔
전기밥솥	nồi cơm điện	노이 껌 디엔
전언, 메모	lời nhắn	러이 냔
전쟁	chiến tranh	찌엔 짜잉(짠)

전체	toàn bộ	또안 보
전통	truyền thống	쭈위엔 통
전통음악	âm nhạc truyền thống	암 냑 쭈위엔 통
전화	điện thoại	디엔 또아이
전화	cuộc gọi	꾸옥 고이
전화를 걸다	gọi điện	고이 디엔
전화번호	số điện thoại	쏘(소) 디엔 또아이
절	chùa	쭈아
절대	tuyệt đối	뚜위엗 도이
점심	trưa	쯔어
점심시간	nghỉ trưa	응이 쯔어
점심식사	bữa ăn trưa	브어 안 쯔어
접시	đĩa	디아
젓가락	đũa	두아
젓다 물에	ướt	으얻
정거장	bến	벤
정도	khoảng	코앙
	mức độ	득 도
정리하다	dọn dẹp	존(욘) 젭(옙)
정보	thông tin	통 띤
정부	chính phủ	찐 푸

정신	tinh thần	띵 턴
정신과	khoa thần kinh	코아 턴 낑
정신질환	bệnh tâm thần	벤 떰 턴
정육점	cửa hàng thịt	끄어 항 틷
징중함	lịch sự	릭 쓰(스)
정직	thật thà	턷 타
정직한 사람	người thật thà	응어이 턷 타
정치	chính trị	찐 찌
정치가	nhà chính trị	냐 찐 찌
정확하다	chính xác	찐 싹(삭)
제언하다	đề nghị	데 응이
제한	hạn chế	한 쩨
조개	con sò	꼰 쏘(소)
조건	điều kiện	디에우 끼엔
조금 적다	ít	읻
조상	tổ tiên	또 띠엔
조심	cẩn thận	껀 턴
조용하다	yên tĩnh	위엔 띵
조카	cháu	짜우
존경하다	kính trọng	낑 쫑
졸업하다	tốt nghiệp	똗 응이엡

좁다	hẹp	햅
좁다, 가늘다	mảnh	마잉(만)
종교	tôn giáo	똔 자오
종이	giấy	저이
좋다	tốt	똩
좋아하다	quý	꾸이
	thích	틱
좋은 향기	hương thơm	흐엉 텀
죄	tội	또이
죄송하다/미안하다	xin lỗi	(씬)신 로이
주고 받다 서로	trao đổi	짜오 도이
주다	cho	쪼
주소	địa chỉ	디아 찌
주식회사	công ty cổ phần	꽁 띠 꼬 펀
주의하다	chú ý	쭈 이
주週	tuần	뚜언
주차금지	cấm đỗ xe	껌 도 쌔(새)
주차장	bãi đỗ xe	바이 도 쌔(새)
주차하다	đỗ xe	도 쌔(새)
주제	chủ đề	쭈 데
죽	cháo	짜오

죽다	chết	쩯
죽이다	giết	젿
준비하다	chuẩn bị	쭈언 비
중국어	tiếng Trung Quốc	띠엥 쭝 꾸옥
중급	trung cấp	쭝 껍
중료	chủng loại	쭝 로아이
중심	trung tâm	쭝 떰
중요하다	quan trọng	꾸안 쫑
쥐	con chuột	꼰 쭈옽
즐겁다	vui vẻ	부이 배
증거	chứng cứ	쯩 끄
지각하다	đến muộn	덴 무온
지갑	ví	비
지구	địa cầu	디아 꺼우
지금	bây giờ	버이 저
지나가다	đi qua	디 꾸아
지도	bản đồ	반 도
지독하다	khung khiếp	쿵 키엡
지리	địa lý	디아 리
지식	tri thức	찌 특
지역	vùng	붕

지우다	xóa	쏘아(소아)
진실	thật	텉
진주	ngọc	응옥
진행하다	tiến hành	띠엔 하잉(한)
질기다	bền	벤
질문하다	câu hỏi	꺼우 호이
질투하다	ghen	갠
집	nhà	냐
집사람	vợ	버
집안 일	việc nhà	비엑 냐
집안일하다	nội trợ	노이 쩌
집중	tập trung	떱 쭝
짜다	mặn	만
짧다	ngắn	응안
찜	hành lý	하잉(한) 리

ㅈ

차를 바꾸다	đổi xe	도이 쎄(새)
차茶	trà	짜
차車	xe ô tô	쎄(새) 오 또
착하다	hiền	히엔
참다, 견디다	chịu đựng	찌우 둥
찹쌀	gạo nếp	가오 넵
찻잔	chén	쩬
창고	kho	코
창문	cửa sổ	끄어 쏘(소)
책	sách	싸익(삭)
책상	bàn	반
책을 읽다	đọc sách	독 싸익(삭)
책임이 있다	có trách nhiệm	꼬 짜익(짝) 니엠
처음	lần đầu tiên	런 더우 띠엔
처음으로	đầu tiên	더우 띠엔
천당	thiên đường	티엔 드엉
천만에	không có gì	콩 꼬 지
천만에요	không vấn đề gì	콩 번 데 지

천재	thiên tài	티엔 따이
천정	trần nhà	쩐 냐
천주교	Thiên Chúa giáo	티엔 쯔아 자오
천 干	một nghìn	몯 응인
천천히	từ từ	뜨 뜨
청년	thanh niên	타잉(탄) 니엔
청소	dọn dẹp	존(욘)젭(옙)
체크아웃하다	trả phòng	짜 퐁
체크인하다	thuê phòng	투에 퐁
초대	chiêu đãi	찌에우 다이
초조하다	sốt ruột	쏟(솓) 루옫(주옫)
촌스럽다	lỗi thời	로이 터이
총명하다, 머리가좋다	thông minh	통 밍
촬영금지	cấm chụp ảnh	껌 쭙 아잉(안)
추억	hồi ức	호이 윽
축구	bóng đá	봉 다
축일	ngày lễ	응아이 레
축제	lễ hội	레 호이
축제	liên hoan	리엔 호안
축하하다	chúc mừng	쭉 믕
출국	xuất cảnh	쑤얻(수얻) 까잉(깐)

ㅊ

출발	xuất phát	쑤얻(수얼) 팥
출산	sinh đẻ	씽(신) 대
출입구	cửa ra vào	끄어 라(=자) 바오
출판사	nhà xuất bản	나 쑤얻(수일) 반
출혈	chảy máu	짜이 마우
춤추다	nhảy múa	냐이 무아
춥다	lạnh	라잉(란)
충분하다	đủ	두
취미	sở thích	써(서) 틱
취소하다	bỏ	보
취하다(술에)	say rượu	싸이(사이) 르어우(=즈어우)
층	tầng	떵
치마	váy	바이
친구	bạn	반
친절하다	thân thiện	턴 티엔
친척	họ hàng	호 항
친한 친구	bạn thân	반 턴
침대	giường	즈엉
침착하다	bình tĩnh	빙 띵
칫솔	bàn chai đánh răng	반 짜이 다잉(단) 랑(장)
칭찬하다	khen	캔

카드	thẻ	태
카메라	máy chụp ảnh	마이 쭙 아잉(안)
칼	con dao	꼰 자오(야오)
캐나다	Canada	까나다
커튼	rèm cửa	램(=쟴) 꾸어
커피	cà phê nóng	까 페 농
커피	quán cà phê	꾸안 까 페
컴퓨터	máy vi tính	마이 비 띵
코끼리	con voi	꼰 보이
코코넛	cây dừa	꺼이 즈아(유아)
콘돔	bao cao su	바오 까오 쑤(수)
콘서트	buổi hòa nhạc	부오이 호아 냑
콜라	Coca cola	꼬까 꼴라
콧물	nước mũi	느억 무이
콩	đậu	더우
크다	to	또
큰아버지	bác	박

키스	hôn	혼
키우다	nuôi	누오이
킬로	kilogram	키로그램
킬로미터	kilomet	키로맽

ㅌ

태국	Thái Lan	타이 란
태도	thái độ	따이 도
태양	mặt trời	맡 쩌이
태우다	đốt	돋
태풍	bão	바오
택시	Taxi	딱씨
테니스	quần vợt	꾸언 벝
테이프	băng cát sét	방 깥 쎝(쎌)
토마토	cà chua	까 쭈아
토하다	buồn nôn	부온 논
구역질	nôn	논
통장	tài khoản	따이 코안
퇴사하다	thôi việc	토아 비엑
퇴직하다	về hưu	배 흐우
투쟁하다	đấu tranh	저우 짜잉(짠)
튀기다	rán	란(잔)
튀기다	chiên	찌엔

트럭	xe tải	쌔(새) 따이
트럼프	chơi bài	쩌이 바이
특별하다	đặc biệt	닥 비엗
특산품	đặc sản	낙 싼(산)
특징	đặc trưng	닥 쯩
틀리다	nhầm	념
티슈	khăn giấy	칸 저이

ㅍ

파괴하다	phá	파
파괴하다	phá hoại	파 호아이
파랗다	xanh	싸잉(싼)
파리	con ruồi	꼰 루오이(=주오이)
파마	uốn tóc	우온 똑
파티	tiệc	띠엑
팔다 소매로	bán lẻ	반 래
팔다 싸게	bán rẻ	반 래(=재)
팔다	bán	반
패션	thời trang	터이 짱
팩스	fax	파쓰(파스)
펜pen, pencil	bút	붙
편견	định kiến	딩 끼엔
편도	một chiều	몯 찌에우
편리하다	thuận tiện	투언 띠엔
편지	thư	트
평균	bình quân	빙 꾸언

ㅌ

ㅍ

평생	suốt đời	쑤옫(수옫) 더이
평화	hòa bình	호아 빙
포크	dĩa	지아(야)
포함되다	bao gồm	비오 곰
표현하다	biểu hiện	비에우 히엔
품질	chất lượng	쩓 르옹
풍경	phong cảnh	퐁 까잉(깐)
풍부하다	phong phú	퐁 부
피	máu	마우
피다꽃이	nở	너
피부	da	자(야)
피부과	khoa da liễu	코아 자(야) 리에우
피아노	piano	피아노
피임하다	tránh thai	짜잉(짠) 타이
피하다	tránh	짜잉(짠)
필요없다	không cần	콩 껀
필요하다	cần	껀
	cần thiết	껀 티엗

하나	một	몯
하늘	trời	쩌이
하루	một ngày	몯 응아이
학교	trường	쯔엉
학생	học trò	혹 쪼
한 권	cuốn sách	꾸온 싸익(사)
한 번	một lần	몯 런
한 번 더	một lần nữa	몯 런 느어
한가하다	rảnh rỗi	자잉(란) 로이(=조이)
한계	kỳ hạn	끼 한
한국	Hàn Quốc	한 꾸옥
할 수 없다	không thể	콩 테
할 수 있다	cóthể	꼬테
할머니	bà	바
할아버지	ông	옹
합격하다	đỗ	도
항공길	đường hàng không	드엉 항 콩

ㅍ

ㅎ

항구	cảng	깡
해결하다	giải quyết	자이 꾸위엩
해군	hải quân	하이 꾸언
해롭다	có hại	꼬 하이
해방하다	giải phóng	자이 퐁
~해서는 안된다	không được	콩 드억
해야한다	phải	파이
해외	hải ngoại	하이 응오아이
핸드폰	điện thoại di động	디엔 토아이 지(이) 동
핸섬하다	đẹp trai	뎁 짜이
행복	hạnh phúc	하잉(한) 푹
행운	vận may	번 마이
향	hương	흐엉
향과 맛	hương vị	흐엉 비
향수	nước hoa	느억 호아
허니문	tuần trăng mật	뚜언 짱 멑
헤어스타일	kiểu tóc	끼에우 똑
헤어지다	chia tay	찌아 따이
혀	lưỡi	르어이
혁명	cách mạng	까익(깍) 망
현대화	hiện đại hóa	히엔 다이 호아

현재	hiện tại	히엔 따이
혈압	huyết áp	후위엩 압
혈액형	nhóm máu	놈 마우
형제	anh em	아잉(안) 앰
호기심이 많다	tò mò	또 모
호랑이	con hổ	꼰 호
호박	quả bí	꾸아 비
호수	hồ	호
호주	Úc	욱
호텔	khách sạn	카익(각) 싼(산)
혼자	một mình	몯 밍
홍콩	Hồng Kông	홍 꽁
화나다,삐지다	giận	전
화려하다	rực rỡ	륵(=즉) 러(=저)
화장실	phòng vệ sinh	퐁 베 씽(신)
화장하다	trang điểm	짱 디엠
화학	hóa học	호아 혹
확신하다	tin tưởng	띤 뜨엉
확실하다	chắc chắn	짝 짠
환경	môi trường	모이 쯔엉
환경파괴	phá hoai môi trường	
	파 호아이 모이 쯔엉	

ㅎ

환자	bệnh nhân	벤 년
환전하다	đổi tiền	도이 띠엔
회계, 경리	kế toán	께 또안
회복하다	hồi phục	호이 푹
회사	công ty	꽁 띠
회사원	nhân viên công ty	년 비엔 꽁 띠
회원	hội viên	호이 비엔
회원증	thẻ hội viên	태 호이 비엔
회의	hội nghị	호이 응이
효과	hiệu quả	히에우 꾸아
효과가 있다	có hiệu quả	꼬 히에우 꾸아
효도하다	có hiếu	꼬 히에우
후추	hạt tiêu	핱 띠에우
후회하다	hối hận	호이 헌
훌륭하다	xuất sắc	쑤엍(수얼) 싹(삭)
휴가	kỳ nghỉ	끼 응이
휴일,쉬는 날	ngày nghỉ	응아이 응이
휴지	giấy vệ sinh	저이 베 씽(신)
흐르다	chảy	짜이
흐림	u ám	우 암

흐뭇하다	mỉm cười	밈 ꞵꞵ어이
희망하다	hy vọng	히 봉
희생	hy sinh	히 씽(신)
히터 heater	máy sưởi	마이 쓰어이(스어이)
힌두교	đạo Hin-đu	다오 힌두

ㅎ

A

ác cảm	악 깜	나쁜 감정, 반감
ai	아이	누구
Alô	알로	여보세요_전화
ấm	엄	따뜻하다
âm nhạc	엄 냑	음악
âm nhạc truyền thống		
	엄 냑 쭈위엔 통	전통음악
ăn	안	먹다
ăn cướp	안 끄업	도난
Ấn Độ	언 도	인도_國名
ăn kiêng	안 끼엥	다이어트하다
ăn mày	안 마이	구걸하다
ân nhân	언 년	은인
an toàn	안 또안	안전하다
ăn trộm	안 쫌	도둑, 도둑질하다
ấn tượng	언 뜨엉	인상

Vietnamese	Pronunciation	Korean
an ủi	안 우이	위로하다
ảnh	아잉(안)	사진
anh ấy	아잉(안) 어이	그 남자
anh em	아잉(안) 앰	형제
anh hùng	아잉(안) 훙	영웅
ảnh hưởng	아잉(안) 흐엉	영향
Anh Quốc	아잉(안) 꾸옥	영국
ánh sáng	아잉(안) 쌍(상)	빛, 광선
anh trai	아잉(안) 짜이	오빠, 형
ao	아오	연못, 늪
áo .	아오	옷_상의
áo dài	아오 자이(야이)	아오자이
áo mưa	아오 므아	비옷
áo ngủ	아오 응우	잠옷
áo sơ mi	아오 써(서) 미	셔츠
áo tắm	아오 땀	수영복

B

ba	바	3, 셋
bà	바	할머니
bạc	박	은_銀
bác	박	큰아버지
bác sĩ	박 씨(시)	의사
bác sĩ khoa mắt	박 씨(시) 코아 맡	안과의사
bạch kim	바익(박) 낌	백금
bãi đỗ xe	바이 도 쎄(새)	주차장
bài hát	바이 핟	음악, 노래
bài tập	바이 떱	숙제
bẩn	번	더럽다
bận	번	바쁘다
bàn	반	책상
bạn	반	친구
bán	반	팔다
bàn chải	반 짜이	브러쉬
bàn chải đánh răng	반 짜이 다잉(단) 랑(=장)	칫솔

bán đảo	반 다오	반도
ban đồ	반 도	지도
bạn gái	반 가이	여자친구
bạn học cùng	반 혹 꿍	급우_classmate
bàn là, bàn ủi	반 라, 반 우이	다리미
bán lẻ	반 래	팔다 _소매로
bán rẻ	반 래(=재)	팔다 _싸게
bạn thân	반 턴	친한 친구
băng cát sét	방 깥 쎌(셀)	테이프
băng dính, băng keo		
	방 징(윈), 방 깨오	붕대
bằng lái xe	방 라이 쌔(새)	운전자격증
bằng nhau	방 나우	같다
băng vệ sinh	방 베 씽(신)	생리용품
băng video	방 비디오	비디오테이프
bánh	바잉(반)	빵, 케이크
bánh kẹo	바잉(반) 깨오	과자
bão	바오	태풍
bao cao su	바오 까오 쑤(수)	콘돔
bao gồm	바오 곰	포함되다
bảo hiểm	바오 히엠	보험

bảo hộ	바오 호	보호하다
bảo lãnh	바오 라잉(란)	보증하다
bao nhiêu	바오 니에우	얼마
bảo tàng	바오 땅	박물관
bao tay	바오 따이	장갑
bắt	밭	잡다
bắt chước	밭 쯔억	따라하다, 모방하다
bắt đầu	밭 더우	시작하다
bất động sản	벝 동 싼(산)	부동산
bất hạnh	벝 하잉(한)	불행하다
bất hiếu	벝 히에우	불효하다
bất ổn	벝 온	불안하다
bất thường	벝 트엉	비정상적이다
bất tiện	벝 띠엔	불편하다
bầu cử	버우 끄	선거하다
bay	바이	날다
bây giờ	버이 저	지금
bề ngoài	베 응오아이	겉모습
bến	벤	정거장
bền	벤	질기다
bên cạnh	벤 까잉(깐)	있다_옆에

bên phải	벤 파이	오른쪽
bên trái	벤 짜이	왼쪽
bến xe	벤 쎄(새)	버스 정류장
bệnh	벤	병_病
bệnh cảm	벤 깜	감기
bệnh đái đường	벤 다이 드엉	당뇨병
bệnh nhân	벤 년	환자
bệnh tâm thần	벤 땀 턴	정신질환
bệnh ung thư	벤 웅 트	암_癌
bệnh viện	벤 비엔	병 원
béo	배오	뚱뚱하다
bia	비아	맥주
biển	비엔	바다
biên dịch	비엔 직(윅)	번역하다
biên giới	비엔 저이	국경
biện hộ	비엔 호	변호하다
biên lai	비엔 라이	영수증
biết	비엘	알다
biếu	비에우	선물하다
biểu hiện	비에우 히엔	표현하다
bình luận	빙(빈) 루언	논평하다

bình quân	빙(빈) 꾸언	평균
bình thường	빙(빈) 트엉	보통
bình tĩnh	빙(빈) 띵(띤)	침착하다
bỏ	버	취소하다
bơ	버	버터
bố	보	아버지
bờ biển	버 비엔	배편_船便
Bồ Đào Nha	보 다오 냐	스페인
bố mẹ	보 매	부모
bộ phận	보 펀	부분
bỏ trống	보 쫑	비우다
bơi	버이	수영하다
bồi thường	보이 트엉	보상
bom nguyên tử	봄 응위엔 뜨	원자폭탄nuclear
bốn mùa	본 무아	사계절
bóng chày	봉 짜이	야구
bóng đá	봉 다	축구
bột mì	볻 미	밀가루
bữa ăn	브어 안	식사
bữa ăn sáng	브어 안 쌍(상)	아침식사
bữa ăn tối	브어 안 또이	저녁식사

bữa ăn trưa	브어 안 쯔어	점심식사
bức tranh	복 짜잉(짠)	그림
bụi	부이	먼지
bùng nổ	붕 노	붐이 일다
buộc	부옥	묶어 놓다, 연결하다
buổi chiều	부오이 찌에우	오후
buổi hòa nhạc	부오이 호아 냑	콘서트
buổi sáng	부오이 쌍(상)	아침
buổi tối	부오이 또이	저녁
buồn	부온	슬프다
buôn bán	부온 반	장사하다
buồn ngủ	부온 응우	잠이 오다
buồn nôn	부온 논	구역질, 메스껍다
búp bê	붑 베	인형
bút	붇	펜 _pen, pencil
bút chì	붇 찌	연필
bưu điện	브우 디엔	우체국
bưu phẩm	브우 펌	우표
bưu thiếp	브우 티엡	그림엽서

C

cá	까	생선, 물고기
cà chua	까 쭈아	토마토
cá cược	까 끄억	내기하다
cả hai	까 하이	둘 다 _both
cá nhân	까 년	개인
cà phê đá	까 페 다	아이스커피
cà phê nóng	까 페 농	따뜻한 커피
cá sấu	까 씨우(서우)	악어
ca sĩ	까 씨(시)	가수
các bạn	깍 반	당신들, 여러분
các loại	깍 로아이	여러가지
cách mạng	까익(깍) 망	혁명
cái đó	까이 도	그것
cái gì	까이 지	무엇
cái giỏ xách	까이 조 싸익(삭)	가방
cái kia	까이 끼아	저것
cái này	까이 나이	이것

cãi nhau	까이 냐우	싸우다, 말싸움하다
cấm	껌	금지
cấm chụp ảnh	껌 쭙 아잉(안)	촬영금지
cấm đỗ xe	껌 도 쎄(새)	주차금지
cảm giác	깜 작	감각
cảm ơn	깜 언	감사하다
cảm thấy	깜 터이	느끼다
cảm tưởng	깜 뜨엉	감상
Campuchia	깜뿌찌아	캄보디아
cắn	깐	물다, 물어 뜯다
cân	껀	무게를 재다
cần	껀	필요하다
căn cứ	깐 끄	근거하다
cân nặng	껀 낭	몸무게, 체중
cẩn thận	껀 턴	조심
cần thiết	껀 티엩	필요하다
Canada	까나다	캐나다
cảng	깡	항구
căng thẳng	깡 탕	긴장하다
cảnh đẹp	까잉(깐) 뎁(엡)	아름다운 경치
cảnh sát	까잉(깐) 쌀(삳)	경찰

C

cạnh tranh	까잉(깐) 짜잉(짠)	경쟁하다
cao	까오	높다
cao huyết áp	까오 후위엩 압	고혈압
cát	깥	모래
cắt	쌀	자르다
cắt tóc	깥 똑	자르다_머리를
cầu	꺼우	다리_橋
câu cá	꺼우 까	낚시
câu hỏi	꺼우 호이	질문
cẩu thả	꺼우 타	무책임한 모양, 엉터리,덤벙대다
cầu thủ	꺼우 트	선수
câu văn	꺼우 반	문장
cây	꺼이	나무
cay	까이	맵다
cây dừa	꺼이 즈아(유아)	코코넛
cây tre	꺼이 쩨	대나무
chắc chắn	짝 짠	확신하다, 확실하다
chai	짜이	병
chăm chỉ	짬 찌	열심히 하다
chăm sóc	짬 쏙(속)	돌보다
chân	쩐	다리ฺ

chăn	짠	이불
chán	짠	재미없다, 심심하다
chân chất	쩐 쩔	소박하다
chán ngắt	짠 응앝	아주 재미없다
chán ngấy	짠 응어이	질리다, 싫증나다
chanh	짜잉(짠)	레몬
cháo	짜오	먹는 죽
chất lượng	쩔 르엉	품질
cháu	짜우	조카
Châu Á	짜우 아	아시아
Châu Âu	쩌우 어우	유럽
Châu Phi	쩌우 피	아프리카
chạy	짜이	달리다
chảy	짜이	흐르다
chảy máu	짜이 마우	출혈
chén	쩬	찻잔
chết	쩰	죽다
chị	찌	누나, 언니
chị em	찌 앰	자매
chi phí	찌 피	경비
chỉ ra	찌 라(=자)	가르키다

chia cắt	찌아 깔	자르다_반으로
chìa khóa	찌아 코아	열쇠
chia tay	찌아 따이	헤어지다
chiên	찌엔	튀기다
chiến tranh	찌엔 싸잉(싼)	전쟁
chiêu đãi	찌에우 다이	초대
chính phủ	찐 푸	정부
chính trị	찐 찌	정치
chính xác	찐 싹(삭)	정확하다
chịu đựng	찌우 둥	참다, 견디다
cho	쪼	주다
chỗ	쪼	장소
chợ	쩌	시장
cho mượn	쪼 므언	빌려 주다
chỗ này	쪼 나이	이 곳
cho vào	쪼 바오	넣다
cho vay	쪼 바이	빌려주다
cho xem	쪼 쌤(샘)	보여주다
chơi	쩌이	놀다
chơi bài	쩌이 바이	트럼프
chồng	쫑	남편

chống thấm	쫑 텀	내수성
chú	주	아저씨
chữ	쯔	문자
chủ đề	쭈 데	주제_Topic
chủ nghĩa cộng sản	쯔 응이아 꿍 싼(산)	공산주의
chủ nghĩa dân chủ	쯔 응이아 전(연) 쭈	민주주의
chủ nghĩa tư bản	쭈 응이아 뜨 반	자본주의
chủ nhật	쭈 녇	일요일
chú ý	쭈 이	주의하다
chùa	쭈아	절
chua	쭈아	시다
chuẩn bị	쭈언 비	준비하다
chúc mừng	쭉 뭉	축하하다
chứng cứ	쯩 끄	증거
chủng loại	쭝 로아이	종류
chúng ta	쭝 따	우리_상대방 포함
chúng tôi	쭝 또이	우리_상대방 포함하지 않음
chuối	쭈오이	바나나
chuyển dời	쭈위엔 저이(여이)	옮기다
chuyện ma	쭈위엔 마	귀신 이야기
chuyên môn	쭈위엔 몬	전공

C

chuyển nhà	쭈위엔 냐	이사하다
cô dâu	꼬 저우(여우)	신부
cổ điển	꼬 디엔	고전
cô đơn	꼬 던	외롭다
cố gắng	꼬 강	노력하다
có hại	꼬 하이	해롭다
có hiếu	꼬 히에우	효도하다
có hiệu quả	꼬 히에우 꾸아	효과가 있다
cơ hội	꺼 호이	기회
có lẽ	꼬 래	아마…
cơ quan	꺼 꾸안	기관
có thai	꼬 타이	임신하다
có trách nhiệm	꼬 짜익(짝) 니엠	책임이 있다
coca cola	꼬까 꼴라	꼬라 콜라
cởi	꺼이	벗다
cơm	껌	밥
con bạch tuộc	꼰 바익(박) 뜨옥	낙지
con bò	꼰 보	소
con bướm	꼰 브엄	나비
con cái	꼰 까이	자식
con cháu	꼰 짜우	손자

con chim	꼰 찜	새
con chó	꼰 쪼	개
con chuột	꼰 쭈올	쥐
con cua	꼰 꾸아	게
con dao	꼰 자오(야오)	칼
con gà	꼰 가	닭
con gái	꼰 가이	여자
con hổ	꼰 호	호랑이
con khỉ	꼰 키	원숭이
con lợn	꼰 런	돼지
con mèo	꼰 매오	고양이
con một	꼰 몰	외동 딸, 아들
con muỗi	꼰 무오이	모기
con ngựa	꼰 응아	말_馬
con người	꼰 응어이	인간
con rắn	꼰 란(=잔)	뱀
con ruồi	꼰 루오이(=주오이)	파리
con số	꼰 쏘(소)	숫자
con sò	꼰 쏘(소)	조개
con trai	꼰 짜이	남자
côn trùng	꼰 쭝	곤충

con út	꼰 웉	막내
con vịt	꼰 빝	오리
con voi	꼰 보이	코끼리
cổng	꽁	입구
công bằng	꽁 방	공평하다
công nghiệp	꽁 응이엡	공업
công nhân	꽁 년	노동자
công trường	꽁 쯔엉	공장
công ty	꽁 띠	회사
công ty bảo hiểm	꽁 띠 바오 히엠	보험회사
công ty cổ phần	꽁 띠 꼬 펀	주식회사
công ty du lịch	꽁 디 주(유) 릭	여행사
công việc	꽁 비엑	일
công viên	꽁 비엔	공원
công viên quốc gia	꽁 비엔 꾸옥 자	국립공원
cố ý	꺼이	고의하다
cũ	꾸	늙다
cửa	끄어	문
cửa hàng	끄어 항	가게
cửa hàng bán rau	끄어 항 반 라우(=자우)	야채가게
cửa hàng bánh	끄어 항 바잉(반)	빵집

cửa hàng miễn thuế	끄어 항 미엔 투에	면세점
cửa hàng thịt	끄어 항 틷	정육점
cửa hàng tổng hợp	끄어 항 똥 헙	백화점
cửa ra vào	끄어 라(=자) 바오	출입구
cưa sổ	끄어 쏘(소)	창문
cứng	꿍	딱딱하다
cùng với	꿍 버이	같이
cuộc gọi	꾸옥 고이	전화
cuộc thi đấu	꾸옥 티 더우	경기
cười	끄어이	웃다
cuối cùng	꾸오이 꿍	마지막
cuốn	꾸온	권 _책 세는 단위
cuốn sách	꾸온 싸익(삭)	책 한 권
cướp	끄업	강도
cứt	끝	똥

D(Đ)

đá	다	얼음
da	자(야)	피부
đá quý	다 꾸이	보석
đặc biệt	닥 비엘	특별하다
đặc sắc	닥 싹(삭)	독특
đặc sản	닥 싼(산)	특산품
đặc trưng	닥 쯩	특징
dài	자이(야이)	길다
đại học	다이 혹	대학교
Đài Loan	다이 로안	대만
đại lục	다이 룩	대륙
đại sứ quán	다이 쓰(스) 꾸안	대사관
đại tiện	다이 띠엔	대변
đám cưới	담 끄어이	결혼식
đàn bà	단 바	여성, 여자
dân lập	전(연) 럽	사립
đàn ông	단 옹	남성, 남자

dân số	전(연) 쏘(소)	인구
dân tộc	전(연) 똑	민족
đắng	당	쓰다_맛이
đăng ký	당 끼	등록, 신청하다
đánh	다잉(단)	때리다
danh thiếp	자잉(얀) 티엡	명함
danh từ	자잉(얀) 뜨	명사
đào	다오	복숭아
dao cạo	자오(야오) 까오	면도칼
đạo Hin-đu	다오 힌두	힌두교
dạo phố	자오(야오) 포	산책하다
đào tạo	다오 따오	교육하다
đạo Tin lành	다오 띤 라잉(란)	기독교
đất	덜	땅
đắt	달	비싸다
đặt cọc	달 꼭	보증금을 내다
đặt trước	달 쯔억	예약하다
đậu	더우	콩
đầu	더우	머리
đau	다우	아프다
dầu	저우(여우)	기름

đầu bếp	더우 벱	요리사
đau bụng	다우 붕	아프다_배가
đau đầu	다우 더우	두통
dầu gội đầu	저우(여우) 고이 다우	샴푸
dầu mỏ	저우(어우) 모	오일
đậu phụ	더우 푸	두부
dâu tây	저우(여우) 떠이	딸기
đầu tiên	더우 띠엔	처음으로
đấu tranh	더우 짜잉(짠)	투쟁하다
dạy	자이 (야이)	가르치다
dày	자이(야이)	두껍다
dậy	저이(여이)	일어나다
đẻ	대	낳다
dễ	제 (예)	쉽다
dê	제 (예)	염소
đề nghị	데 응이	제언하다
dễ thương	제 (예) 트엉	귀엽다
đếm	뎀	세다
đem đến	댐 덴	가져오다
đem đi	댐 디	가져가다
đen	댄	검정색

đến	덴	오다
đền bù	덴 부	변상하다
đến muộn	덴 무온	지각하다
đến nơi	덴 너이	도착하다
đẹp	댑	예쁘다
dép	잽(얩)	슬리퍼
đẹp trai	댑 짜이	핸섬하다
đi	디	가다
đi bộ	디 보	걸어서 가다
đi chơi	디 쩌이	놀러가다
đi qua	디 꾸아	지나가다
di tích	지(위) 띡	유적
đi vắng	디 방	부재중
đi vào	디 바오	들어가다
đĩa	디아	접시
dĩa	지아(야)	포크
địa cầu	디아 꺼우	지구
đĩa CD	디아 씨디	음악CD
địa chỉ	디아 찌	주소
địa chỉ e-mail	디아 찌 이메일	이메일 주소
địa điểm	디아 디엠	장소

địa lý	디아 리	지리
điện	디엔	전기
điện thoại	디엔 토아이	전화
điện thoại công cộng	디엔 토아이 꽁 꽁	공중전화
điện thoại di động	디엔 토아이 지(이) 동	핸드폰
diện tích	지엔(이엔) 틱	면적
diễn viên	지엔(이엔) 비엔	배우
điều chỉnh	디에우 찐	수정하다, 고치다
điều kiện	디에우 끼엔	조건
đính hôn	딩 혼	약혼하다
định kiến	딩 끼엔	편견
đỗ	도	합격하다
đồ	도	물건
đỏ	도	빨강
độ ẩm	도 엄	습기
đồ chơi	도 쩌이	장난감
đô thị	도 티	도시
đồ uống	도 우옹	음료수
đỗ xe	도 쎄(새)	주차하다
đọc	독	읽다
độc	독	독하다

độc lập	독 럽	개성적
đọc sách	독 싸익(삭)	책을 읽다
độc thân	독 턴	독신
đổi	도이	바꾸다
đợi	더이	기다리다
đói bụng	도이 붕	배고프다
đôi tiền	도이 띠엔	환전하다
đổi xe	도이 쎄(새)	차를 바꾸다
dọn dẹp	존(욘) 잽(옙)	정리하다
đơn giản	던 잔	단정하다
đóng	동	닫다
Đông Á	동 아	동아시아
đóng băng	동 방	얼다
động cơ	동 꺼	동기_motivation
đóng cửa	동 끄어	닫다 _문을
đồng hồ	동 호	시계
Đông Nam Á	동 남 아	동남아
đông người	동 응어이	사람이 많다 _crowded
Đông Phương	동 프엉	동방
động vật	동 벧	동물
đốt	돝	태우다

đột nhiên	돌 니엔	갑자기, 돌연히
đủ	두	충분하다
dự báo	주(유) 바오	예상
dự định	주(유) 딩	예정
du lịch	주(ㅑ) 릭	여행
dự toán	즈(유) 또안	예산
đũa	두아	젓가락
dụng cụ âm nhạc	둥(줌) 꾸 엄 냑	악기
đứng lên	둥 렌	일어나다
được	드억	가능
dưới	즈어이 (으어이)	있다_밑에
dưới lòng đất	즈어이 (으어이) 롱 덜	있다_땅 밑에
đường	드엉	길道
đường	드엉	사탕
đường biển	드엉 비엔	햇길
đường cao tốc	드엉 까오 똑	고속도로
đường hàng không	드엉 항 콩	항공길
dương lịch	즈엉(유엉) 릭	양력

E

ếch	에익	개구리
em bé	엠 배	아기
em gái	엠 가이	여동생
em trai	엠 짜이	남동생
ép buộc	엡브옥	강제하다

DĐ
E
F

F

fax	파쓰(파스)	팩스

G

gái mãi dâm	가이 마이 점(염)	매춘녀
gần	건	가깝다
gan	간	간肝
gần đây	건 데이	있다_근처에
gạo	가오	쌀
gạo nếp	가오 넵	찹쌀
gặp	갑	만나다
gấp	갑	서두르다
gặp khó khăn	갑 코 칸	어려움을 겪다
gặp lại	갑 라이	다시 만나다
gas	가스	가스
gầy	거이	마르다_반:뚱뚱하다
ghế	게	의자
ghế ngồi tự do	게 응오이 뜨 조(요)	자유석
ghen	갠	질투하다
ghen tị	갠 띠	부럽다
ghét	갤	밉다, 싫다
ghi	기	적다

ghi âm	기 엄	녹음하다
giá cả	자 까	가격
gia đình	자 딩	가족
gia hạn	자 한	연장하다
giá tiền	자 띠엔	가격
giải phóng	자이 퐁	해방하다
giải quyết	자이 꾸위엘	해결하다
giải thích	자이 틱	설명하다
giám đốc	잠 독	사장님
giảm giá	잠 자	가격을 내리다
giận	전	화나다, 삐지다
gian khổ	잔 코	고생
giáo dục	자오 죽(육)	교육하다
giao lưu	자오 르우	교류
giao thông	자오 통	교통
giáo viên	자오 비엔	선생님
giặt	잘	빨래하다
giàu	자우	부자
giấu	저우	숨기다
giầy	저이	신발
giấy	저이	종이

G

giấy tờ	저이 떠	서류
giấy vệ sinh	저이 베 씽(신)	휴지
giết	지엘	죽이다
giờ	저	시간
gió	조	바람
giỏi	조이	잘 하다
giới thiệu	저이 티에우	소개
giới tính	저이 띵	성별
giống nhau	종 나우	똑같이
giọng nói	종 노이	목소리
giọt sương	졸 쓰엉(스엉)	물방울
giữa trung tâm	즈아 쭝 떰	있다 _가운데에
giường	즈엉	침대
giúp	줍	도와주다, 거들다
giúp đỡ	줍 더	돕다
gối	고이	베개
gọi	고이	부르다
gọi điện	고이 디엔	전화를 걸다
gửi	그이	보내다
gửi kèm	그이 껨	동봉하다
gương	그엉	거울

H

hai	하이	2, 둘
Hà Lan	하 란	네덜란드
hài hước	하이 흐억	유머감각
hải ngoại	하이 응오아이	해외
hải quân	하이 꾸언	해군
hạn chế	한 쩨	제한
Hàn Quốc	한 꾸옥	한국
hành khách	하잉(한) 카익(칵)	승객
hành lý	하잉(한) 리	찜
hạnh phúc	하잉(한) 푹	행복
hành tây	하잉(한) 떠이	양파
hấp dẫn	헙 전(연)	유혹
hát	핟	노래하다
hạt tiêu	핟 띠에우	후추
hầu hết	허우 헫	거의, 대부분의
hay	하이	재미있다
hay là	하이 라	…또는…

hệ thống	헤 통	시스템
hẹn	핸	약속
hẹp	햅	좁다
hết chỗ	헫 쪼	만원, 매진
hết sức cố gắng	헫 쏙(슥) 꼬 강	열심히
hiếm	히엠	드물다
hiếm khi	히엠 키	가끔
hiền	히엔	착하다
hiện đại hóa	히엔 다이 호아	현대화
hiện tại	히엔 따이	현재
hiểu	히에우	이해하다
hiệu giầy	히에우 저이	신발가게
hiểu lầm	히에우 럼	오해하다
hiệu quả	히에우 꾸아	효과
hiệu sách	히에우 싸익(삭)	서점
hiệu thuốc	히에우 트옥	약국
hình dáng	힌 장(양)	모습
họ	호	그들
ho	호	기침_하다
hồ	호	호수
hộ chiếu	호 찌에우	여권

họ hàng	호 항	친척
họ tên	호 뗀	이름과 성(성명)
hoa	호아	꽃
hoa anh đào	호아 아잉(안) 다오	복숭아 꽃
hòa bình	호아 빙	평화
hóa đơn	호아 던	영수증
hóa học	호아 혹	화학
hoa qua	호아 꾸아	과일
hoãn	호안	연장
hoàn toàn	호안 또안	마치~(완전히)
học	혹	공부하다
học trò	혹 쪼	학생
hói đầu	호이 더우	대머리
hối hận	호이 헌	후회하다
hối lộ	호이 로	뇌물
hội nghị	호이 응이	회의
hồi phục	호이 푹	회복하다
hội thoại	호이 토아이	대화
hồi ức	호이 윽	추억
hội viên	호이 비엔	회원
hôm kia	홈 끼아	그저께

H

hôm nay	홈 나이	오늘
hôm nọ	홈 노	어제
hôm qua	홈 꾸아	어제
hôn	혼	키스
hòn đảo	혼 다오	섬
Hồng Kông	홍 꽁	홍콩
hợp	헙	어울리다
hợp đồng	헙 동	계약
hợp nhau	헙 나우	어울리다
hộp thư	홉 트	우체통
hứa hẹn	흐아 핸	약속
hương	흐엉	향
hướng dẫn	흐엉 전(연)	안내하다
hướng dẫn viên	흐엉 전(연) 비엔	안내원
hương thơm	흐엉 텀	좋은 향기
hương vị	흐엉 비	향과 맛
huyền bí	후위엔 비	신비하다
huyết áp	후위엩 압	혈압
hy sinh	히 씽(신)	희생
hy vọng	히 봉	희망하다

I

in	인	인쇄하다
Inđônêxia	인도네시아	인도네시아
Internet	인터넷	인터넷
ít	잍	조금 적다

K

kế hoạch	께 호아익(호악)	계획
kẻ móc túi	께 목 뚜이	소매치기
kế toán	께 또안	회계, 경리
kém	깸	잘 못 하다
kem chống nắng	깸 쫑 낭	썬크림

kéo	깨오	가위
kẹp tóc	쨉 똑	머리띠
kết hôn	쨉 혼	결혼하다
kết quả	껠 꾸아	결과
kết thúc	껠 툭	끝내다
kêu	께우	울다_새가, 소리를 내다
khác	칵	다르다
khách	카익(칵)	손님
khách sạn	카익(칵) 싼(산)	호텔
khách tham quan	카익(칵) 탐 꾸안	방문자
khám bệnh	캄 벤	병을 진단하다
khám phá	캄 파	발견하다
khẩn cấp	컨 껍	긴급
khăn giấy	칸 저이	티슈
khăn mặt	칸 맡	수건
khăn tay	칸 따이	손수건
khát	캍	목마르다
khen	캔	칭찬하다
khéo mồm	캐오 몸	말을 잘하다
khí hậu	키 허우	날씨
khi nào	키 나오	언제

kho	코	창고
khô	코	마르다_乾
khó	코	어렵다
khó chịu	코 찌우	기분나쁘다
khó hiểu	코 히에우	이해하기 힘들다
khổ sở	코 써(서)	괴롭다
khóa	코아	잠그다_열쇠를
khoa da liễu	코아 자(야) 리에우	피부과
khoa học	코아 혹	과학
khoa ngoại	코아 웅아이	외과
khoa thần kinh	코아 턴 낑	정신과
khoai	코아이	고구마
khoai tây	코아이 떠이	감자
khoảng	코앙	정도(쯤)
khoảng cách	코앙 까익(깍)	거리
khóc	콕	울다
khỏe	코애	자랑하다
khỏe	코애	건강하다
khói	코이	연기
khôn	콘	똑똑하다
không	콩	0, 영

K

không biết	콩 비엘	모르다
không cần	콩 껀	필요없다
không có	콩 꼬	없다
không có gì	콩 꼬 지	천만에
không được	콩 드억	~해서는 안 된다
không khí	콩 키	공기
không sao	콩 싸오(사오)	괜찮다
không thể	콩 테	할 수 없다
không vấn đề gì	콩 번 데 지	천만에요
khứ hồi	크 호이	왕복
khu vực	쿠 북	구역
khu vui chơi	쿠 부이 쩌이	놀이터
khủng hoảng	쿵 호앙	위기
khủng khiếp	쿵 키엡	지독하다
khuyết điểm	쿠위엘 디엠	결점, 단점
kia	끼아	저
kịch	끽	연극
kiểm tra	끼엠 짜	검사하다
kiến trúc	끼엔 쭉	건축
kiêu căng	끼에우 깡	잘난척하다
kiểu tóc	끼에우 똑	헤어스타일

kilogram	키로그램	킬로
kilomet	키로맽	킬로미터
kim cương	낌 끄엉	다이아몬드
kính	낑	안경
kinh doanh	낑 조아잉(요안)	경영
kinh nghiệm	낑 응이엠	경험
kinh nguyệt	낑 응위엩	생리, 월경
kinh tế	낑 떼	경제
kinh thánh	낑 타잉(탄)	성경_bible
kính trọng	낑 쫑	존경하다
kịp	낍	시간에 맞다
kỳ cục	끼 꾹	이상하다
kỳ hạn	끼 한	한계
kỳ lạ	끼 라	신기하다, 이상하다
kỳ nghỉ	끼 응이	휴가
kỷ niệm	끼 니엠	기념
ký sinh trùng	끼 씽(신) 쭝	기생충
kỹ sư	끼 쓰(스)	기술자
ký tên	끼 뗀	서명_sign
kỹ thuật	끼 투엍	기술
ký túc xá	끼 뚝 싸(사)	기숙사

K

ㄴ

la	라	외치다
lá cây	라 꺼이	나뭇잎
lạc đường	락 드엉	길을 잃다
lái xe	라이 쎄(새)	운전하다
làm	람	일하다
lần đầu tiên	런 더우 띠엔	처음
lần này	런 나이	이번
lần sau	런 싸우(사우)	다음 번
làng	랑	마을
lãng phí	랑 피	낭비하다
lạnh	라잉(란)	춥다
lãnh sự quán	라잉(란) 쓰(스) 꾸안	영사관
lãnh thổ	라잉(란) 토	영토
lao động	라오 동	노동
lấy	러이	꺼내다
lễ hội	레 호이	축제
lệ phí	레 피	등록비

lễ tang	레 땅	장례식
lên	렌	오르다
leo	래오	올라가다
lịch sử	릭 쓰(스)	역사
lịch sự	릭 쓰(스)	정중함, 친절함
liên hoan	리엔 호안	축제, 파티
liên lạc	리엔 락	연락하다
liên quan	리엔 꾸안	관련있다
lỗ	로	구멍
lo lắng	로 랑	걱정되다
lời bài hát	러이 바이 핱	가사 _歌詞
lời chào	러이 짜오	인사
lợi dụng	러이 중(융)	이용하다
lời nhắn	러이 난	전언, 메모
lỗi thời	로이 터이	촌스럽다, 진부하다
lòng yêu nước	롱 이에우 느억	애국심
lớp học	럽 혹	교실
lửa	르아	불
lừa	르아	속이다
lựa chọn	르아 쫀	선택하다
luật sư	루얻 쓰(스)	변호사

L

lục địa	룩 디아	땅
lúc đó	룩 도	그 때
lúc nãy	룩 나이	그 때
lưng	릉	등
luộc	루옥	삶다
lười	르어이	게으르다
luôn luôn	루온 루온	언제나, 항상
lượng	르엉	양
lưu học sinh	르우 혹 씽(신)	유학생
lưu trú	르어우 쭈	거주하다
lưu trú bất hợp pháp	르우 쭈 밭 헙 팝	불법체류
ly	리	잔, 컵_남부
lý do	리 조(요)	이유
ly hôn	리 혼	이혼하다
lý thuyết	리 투위엩	이론

M

ma	마	귀신
mả	마	무덤
mã số	마 쏘(소)	비밀번호
ma túy	마 뚜이	마약
mặc	막	입다
mafia	마피아	마피아
mãi	마이	영원히
mại dâm	마이 점(염)	매춘
mặn	만	짜다
mắng	망	야단치다
mảnh	마잉(만)	좁다, 가늘다
mạnh	마잉(만)	건강하다
mạo hiểm	마오 히엠	모험하다
mặt	맡	얼굴
mất	믵	잃다
mắt	맡	눈_目
mát	맡	시원하다

mật khẩu	멀 커우	비밀번호
mật ong	멀 옹	꿀
mặt trăng	맡 짱	달_하늘의 달
mặt trời	맡 쩌이	태양
mặt trước	맏 쯔억	앞면
máu	마우	피
màu	마우	색깔
mây	머이	구름
mấy	머이	몇, 무슨
máy bán tự động	마이 반 뜨 동	자동판매기
máy bay	마이 바이	비행기
máy chụp ảnh	마이 쭙 아잉(안)	카메라
máy lạnh	마이 라잉(란)	에어컨
máy sưởi	마이 쓰어이(스어이)	히터_heater
máy vi tính	마이 비 띵	컴퓨터
mẹ	매	어머니
mềm	멤	부드럽다
mì chính	미 찐	미원
miền bắc	미엔 박	북쪽
miễn phí	미엔 피	무료
miễn thuế	미엔 투에	면세

mỉm cười	밈 끄어이	흐뭇하다
mình	밍	자신
mở	머	열다
mở cửa	머 끄어	문을 열다
mồ hôi	모 호이	땀
mơ ước	머 으억	꿈
mới	머이	새롭다
môi	모이	입술
mỗi ngày	모이 응아이	매일
mọi người	모이 응어이	모두
môi trường	모이 쯔엉	환경
mồm	몸	입
món ăn	몬 안	음식, 반찬
móng chân	몽 쩐	발톱
móng tay	몽 따이	손톱
mỏng	몽	얇다
mong đợi	몽 더이	기대하다
một	몯	하나
một chiều	몯 찌에우	편도
một lần	몯 란	한 번
một lần nữa	몯 란 느아	한 번 더

M

một mình	몯밍	혼자
một ngày	몯 응아이	하루
một nghìn	몯 응인	천_千
một nửa	몯 느아	반
một tá	몯 따	다스 _dozen, 12
một tuần	몯 뚜언	일주일
mũ	무	모자
mùa	무아	계절
mua	무아	사다
mưa	므아	비
múa dân tộc	무아 단(얀) 똑	민족춤
mùa đông	무아 동	겨울
mùa hè	무아 해	여름
mua sắm	무아 쌈(삼)	쇼핑
mùa thu	무아 투	가을
mùa xuân	무아 쑤언(수언)	봄
mực	묵	오징어
mục đích	묵 딕	목적
mụn	문	여드름
muối	무오이	소금
mười	므어이	10, 십

muốn	무온	원하다
mượn	므언	빌리다
mứt	믇	잼
mỳ	미	면_라면, 당면…
Mỹ	미	미국
mỳ ăn liền	미 안 리엔	라면
mỹ thuật	미 투얻	미술

N

nằm mơ	남 머	꿈꾸다
năm nay	남 나이	올해
năm ngoái	남 응오아이	작년
nặng	낭	무겁다
năng lực	낭 륵	능력
não	나오	뇌
nấu	너우	끓다
ném	넴	던지다
nếm	넴	맛보다
nến	넨	양초
nếu	네우	만약~라면
ngã	응아	넘어지다
Nga	응아	러시아
ngã tư	응아 뜨	사거리
ngạc nhiên	응악 니엔	놀라다
ngại	응아이	수줍다, 하기 싫다
ngắn	응안	짧다

ngân hàng	응언 항	은행
ngành	응안	분야
ngẫu nhiên	응어우 니엔	우연히
ngày	응아이	일_日
ngày kỷ niệm	응아이 끼 니엠	기념일
ngày lễ	응아이 레	축일
ngày mai	응아이 마이	내일
ngày nghỉ	응아이 응이	휴일, 쉬는 날
ngày sinh nhật	응아이 씽(신) 녇	생일
ngày xưa	응아이 쓰어(스어)	옛날에
nghe	응애	듣다
nghệ thuật	응애 투얻	예술
nghèo	응애오	가난하다
nghĩ	응이	생각하다
nghỉ	응이	쉬다
nghỉ hè	응이 해	여름 방학
nghỉ ngơi	응이 응어이	쉬다
nghỉ trưa	응이 쯔어	점심시간
nghĩa vụ	응이아 부	의무
nghiêm khắc	응이엠 칵	엄격하다
nghiên cứu	응이엔 끄우	연구하다

N

ngô	응오	옥수수
ngoại giao	응오아이 자오	외교
ngoại quốc	응오아이 꾸옥	외국
ngoại thương	응오아이 트엉	외국 무역
ngoan	응오안	예절바르다, 착하다
ngọc	응옥	진주
ngồi	응오이	앉다
ngon	응온	맛있다
ngón tay	응온 따이	손가락
ngọt	응옫	달다
ngủ	응우	잠자다
ngữ pháp	응으 팝	문법
ngu xuẩn	응우 쑤언(수언)	바보, 멍청하다
ngứa	응으아	간지럽다
ngực	응윽	가슴
ngưng	응응	그만두다
người	응어이	~사람
người bán hàng	응어이 반 항	상인, 물건 파는 사람
người bảo lãnh	응어이 바오 라잉(란)	보증인
người chụp ảnh	응어이 쭙 아잉(안)	사진사
người đi du lịch	응어이 디 주(유) 릭	여행자

người già	응어이 자	노인
người gửi	응어이 그이	보내는 사람
người khác	응어이 칵	다른 사람
người lao động	응어이 라오 동	노동자
người lớn	응어이 런	어른, 성인
người nước ngoài	응어이 느억 응오아이	외국인
người phục vụ	응어이 푹 부	서비스 하는 사람
người quản lý	응어이 꾸안 리	관리자
người sở hữu	응어이 써(서) 흐우	소유자
người tàn tật	응어이 딴 떹	장애인
người tây	응어이 떠이	서양사람
người thật thà	응어이 텉 타	정직한 사람
người tình	응어이 띵	애인
người yêu	응어이 위에우	연인
nguy hiểm	응이 히엠	위험하다
nguy kịch	응이 끽	위급하다
nguyên nhân	응위엔 넌	이유
nhà	냐	집
nhà báo	냐 바오	기자
nhà bếp	냐 벱	부엌
nhà chính trị	냐 찐 찌	정치가

N

nhà cho thuê	나 쪼 투에	렌트하우스
nhà doanh nghiệp	나 조아잉(요안) 응이엡	사업가
nhà hàng	냐 항	레스토랑
nhà máy	냐 마이	공장
nhà thờ	냐 터	교회
nhà tư bản	냐 뜨 반	자본가
nhà xuất bản	냐 쑤얼(수얼) 반	출판사
nhạc	냑	음악
nhắc lại	냑 라이	되풀이하다
nhầm	념	틀리다, 잘못
nhẫn	년	반지
nhân chủng	년 쭝	인종
nhân chứng	년 쯩	목격자
nhân dân	년 전(연)	인민
nhẫn nại	년 나이	견디다
nhận ra	년 라(=자)	알아보다
nhận thức	년 특	인식하다
nhân viên công ty	년 비엔 꽁 띠	회사원
nhanh	나잉(냔)	빠르다
nhập cảnh	녑 까잉(깐)	입국하다
nhập học	녑 혹	입학하다

Nhật Bản	넙 반	일본
nhật ký	넙 끼	일기
nhảy múa	나이 무아	춤추다
nhẹ	내	가볍다
nhiệt độ	니엩 도	온도
nhiều	니에우	많다
nhỏ	뇨	작다
nhớ	너	보고싶다, 기억하다
nhớ lại	너 라이	기억하다
nhóm máu	뇸 마우	혈액형
nhọt	놑	뾰루지
nhưng	능	그러나, 그런데
nhược điểm	느억 디엠	약점, 결점, 단점
nhuộm	뉴옴	염색하다
no	노	배부르다
nó	노	그 he
nở	너	피다_꽃이
nói	노이	말하다
nói chuyện	노이 쭈위엔	이야기하다
nồi cơm điện	노이 껌 디엔	전기밥솥
nói dối	노이 조이(요이)	거짓말 하다

N

nội dung	노이 중(웅)	내용
nổi tiếng	노이 띠엥	유명하다
nội trợ	노이 쩌	주부
nôn	논	토하다
nóng	농	덥다
nông dân	농 전(연)	농민
nông nghiệp	농 응이엡	농업
núi	누이	산
nước	느억	물
nước hoa	느억 호아	향수
nước mắt	느억 맡	눈물
nước mũi	느억 무이	콧물
nước ngọt	느억 응옽	음료수
nước nóng	느억 농	뜨거운 물
nước tương	느억 뜨엉	간장
nuôi	누오이	키우다
nuôi dưỡng	누오이 즈엉(유엉)	기르다
nướng	느엉	굽다_불에

O

oán giận	오안 전	원망하다
ở	어	~에
ở đâu	어 더우	어디에
ô nhiễm	오 니엠	공해
ôm	옴	안다
ồn	온	시끄럽다
ơn	언	은혜
ôn hòa	온 호아	온화하다
ông	옹	할아버지
ớt	얻	고추

P

phà	파	페리
phá hoại	파 호아이	부수다
phá hoại môi trường	파 호아이 모이 쯔엉	환경파괴
phải trả tiền	파이 짜 띠엔	유료
phạm lỗi	팜 로이	실수하다
phạm nhân	팜 년	범인
phạm vi	팜 비	범위
phân biệt	펀 비엗	구별하다
phản bội	판 보이	배신하다
phản đối	판 도이	반대하다
pháp luật	팝 루얻	법률
phát âm	팓 엄	발음
Phật giáo	펃 자오	불교
phẫu thuật	퍼우 투얻	수술
phí vận chuyển	피 번 쭈위엔	운송비
phía đông	피아 동	동쪽
phía nam	피아 남	남쪽

phòng	퐁	방
phòng ăn	퐁 안	식당
phong bì	퐁 비	봉투
phong cảnh	퐁 까잉(깐)	풍경
phòng chờ	퐁 쩌	대합실, 응접실
phòng đôi	퐁 도이	2인실
phòng đơn	퐁 던	1인실
phong phú	퐁 뿌	풍부하다
phòng vệ sinh	퐁 베 씽(신)	화장실
phúc lợi xã hội	푹 러이 싸(사) 호이	사회복지
phức tạp	푹 땁	복잡하다
phương hướng	프엉 흐엉	방향
phương pháp	프엉 팝	방법
phương tây	프엉 떠이	서쪽
phút	풀	분_시간
piano	피아노	피아노
pin	삔	배터리

P

Q

quà	꾸아	선물
quả bí	꾸아 비	호박
quả cam	꾸아 깜	오렌지
quả dưa chuột	꾸아 주아(유아) 쭈올	오이
quá khứ	꾸아 크	과거
quà tặng	꾸아 땅	선물하다
quần	꾸언	바지
quận	꾸언	구區
quần áo lót	꾸안 아오 롤	속옷
quán cà phê	꾸안 까 페	커피숍
quản đốc	꾸안 독	감독
quân đội	꾸언 도이	군대
quan hệ	꾸안 혜	관계
quân nhân	꾸언 년	군인
quan trọng	꾸안 쫑	중요하다
quần vợt	꾸언 벁	테니스
quảng cáo	꾸앙 까오	광고하다

quảng trường	꾸앙 쯔엉	광장
quê	꾸에 ·	고향
quen	꾸엔	아는 사이, 익숙하다
quên	꾸엔	잊다
quốc ca	꾸옥 까	국가國歌
quốc gia	꾸옥 자	국가國家
quốc kì	꾸옥 끼	국기國旗
quốc tịch	꾸옥 띡	국적
quý	꾸이	좋아하다, 소중하다
quy định	꾸이 딩	규정
quy tắc	꾸이 딱	규칙
quyền lợi	꾸위엔 러이	권리
quyết định	꾸위엩 딩	결정하다

Q

R

ra khỏi	라(=자) 코이	나가다
rác	락(=작)	쓰레기
rắc rối	락(=작) 로이(=조이)	몹시 귀찮다
radio	라디오	라디오
rắm	람(=잠)	방귀
rán	란(=잔)	튀기다
răng	랑(=장)	이_齒
rảnh rỗi	자잉(란) 로이(=조이)	한가하다
rạp chiếu phim	랍(=잡) 찌에우 핌	영화관
râu	러우(=저우)	수염
rau	라우(=자우)	야채
rẽ	래(=재)	돌다
rẻ	래(=재)	싸다
rèm cửa	램(=잼) 끄어	커튼
rơi	러이(=저이)	떨어지다
rộng	롱(=종)	넓다
rửa ảnh	르어(=즈어) 아잉(안)	사진을 뽑다

rửa mặt	르어(=즈어) 맏	씻다_얼굴을
rực rỡ	륵(=쯕) 리(=저)	화려하다
rừng	릉(=증)	숲
ruộng	루옹(=주옹)	논
ruột	루올(=주올)	내장
rượu	르어우(=즈어우)	술
rượu mạnh	르어우(=즈어우) 마잉(만)	브랜디

R

S

sa mạc	싸(사) 막	사막
sách	싸익(삭)	책
sạch	싸익(삭)	깨끗하다
sách giáo khoa	싸익(삭) 자오 코아	교재
sân bay	썬(선) 바이	공항
san hô	싼(산) 호	산호
sân khấu	썬(선) 카우	무대
sàn nhà	싼(산) 냐	마루
sản xuất	싼(산) 쑤얼(수얼)	생산하다
sáng	쌍(상)	밝다
sáng kiến	쌍(상) 끼엔	아이디어
sang năm	쌍(상) 남	내년
sáng nay	쌍(상) 나이	오늘 오전
sao	싸오(사오)	별
sâu	써우(서우)	깊다
sau đó	싸우(사우) 도	그 후
say mê	싸이(사이) 메	열렬하다, 열의에 차다

say rượu	싸이(사이) 즈어우(르어우)	취하다_술에
siêu thị	씨에우(시에우) 티	슈퍼마켓
sinh đẻ	씽(신) 대	출산
sinh hoạt	씽(신) 호앝	생활
sinh viên	씽(신) 비엔	대학생
sợ	써(서)	무섭다
sờ	써(서)	만지다
số	쏘(소)	숫자, 번호
sơ cấp	써(서) 껍	기초
số điện thoại	쏘(소) 디엔 토아이	전화번호
số hộ chiếu	쏘(소) 호 찌에우	여권번호
so sánh	쏘(소) 싸잉(산)	비교
số tài khoản	쏘(소) 따이 코안	계좌번호
sở thích	써(서) 틱	취미
sở trường	써(서) 쯔엉	장점
sớm	썸(섬)	일찍
sống	쏭(송)	살다
sốt ruột	쏱(솥) 주올(루올)	초조하다
sử dụng	쓰(스) 중(융)	사용하다
sự thật	쓰(스) 텉	사실
sữa	쓰아(스아)	우유

S

sửa chữa	쓰아(스아) 쯔어	고치다, 수정하다
sức khỏe	쓱(슉) 코애	건강하다
sương mù	쓰엉(스엉) 무	안개
suốt đời	쑤올(수올) 더이	평생
súp	쑵(숩)	수프

T

tai	따이	귀
tài khoản	따이 코안	통장(계좌)
tài liệu	따이 리에우	자료
tai nạn	따이 난	사고
tai nạn giao thông	따이 난 자오 통	교통사고
tài năng	따이 낭	재능
tài nguyên	따이 응위엔	자원
tại sao	따이 싸오(사오)	왜
tài xế	따이 쎄(새)	운전사
tắm	땀	샤워하다
tam giác	땀 작	삼각
tấm lòng	떰 롱	마음
tâm trạng	떰 짱	기분
tặng	땅	기증하다
tầng	떵	층
tăng trưởng	탕 쯔엉	성장하다
tao	따오	나

S
T

táo	따오	사과
táo bón	따오 본	변비
tập	떱	연습하다
tạp chí	땁 찌	잡지
tập quán	떱 꾸안	습관
tập trung	떱 쭝	집중
tất	떹	양말
tất nhiên	떹 니엔	당연하다
tàu tốc hành	따우 똑 하잉(한)	고속기차
Taxi	딱씨	택시
Tây Ban Nha	떠이 반 냐	스페인
tên	뗀	이름
tết	뗄	설날
thạch sùng	타익(탁) 쑹(숭)	도마뱀
thái độ	타이 도	태도
Thái Lan	타이 란	태국
thăm	탐	방문하다
tham ăn	탐 안	먹보_식욕이 강하다
thẩm mỹ viện	텀 미 비엔	미용실
tham quan	탐 꾸안	관광
than	탄	한탄하다, 호소하다

thận	턴	신장
thần kinh	턴 낑	신경
thân thể	턴 테	신체
thân thiện	턴 티엔	친절하다
tháng	탕	달_1월, 2월..
thẳng	탕	똑바로, 직진
tháng	탕	월_1월, 2월..
thắng	탕	이기다
thành công	타잉(탄) 꽁	성공하다
thanh niên	타잉(탄) 니엔	청년
thành phố	타잉(탄) 포	시市
thành tích	타잉(탄) 띡	성적
thấp	텁	작다
thật	턀	진실
thất bại	턀 바이	실패하다
thất lễ	턀 레	실례하다
thắt lưng	탈 룽	벨트
thất nghiệp	턀 응이엡	실업하다
thật thà	턀 타	정직
thay áo	타이 아오	갈아입다_옷을
thay đổi	타이 도이	변경하다

T

thay thế	타이 태	대신하다
thẻ	태	카드
thế giới	테 저이	세계
thẻ hội viên	태 호이 비엔	회원증
thế kỷ	테 끼	세기
thể thao	테 타오.	스포츠
thẻ tín dụng	테 띤 중(융)	신용카드
thép	뎁	쇠
thi	티	시험
thìa	티아	숟가락
thích	틱	좋아하다
thiên chúa giáo	티엔 쯔어 자오	천주교
thiên đường	티엔 드엉	천당
thiên tài	티엔 따이	천재
thiệt hại	티엘 하이	손해
thiết kế	티엘 께	디자인
thiếu máu	티에우 마우	빈혈
thiếu niên	티에우 니엔	소년
thiếu nữ	티에우 느	소녀
thịnh hành	틴 하잉(한)	유행하다
thịt	틸	고기

thịt bò	틷보	소고기
thịt gà	틷가	닭고기
thịt lợn	틷런	돼지고기
thịt nướng	틷느엉	고기구이
thiu	티우	상하다_음식
thơ	터	시_詩
thỏa mãn	토아 만	만족하다
thời gian	터이 잔	시간
thời hạn	터이 한	기간
thời tiết	터이 띠엗	날씨
thời trang	터이 짱	패션
thôi việc	토이 비엑	퇴사하다
thông báo	통 바오	알려주다_정보를
Thông cảm!	통 깜	이해해 주세요.
thông minh	통 밍	총명하다, 머리가 좋다
thông thạo	통 타오	유창하다 _특히 언어
thông thường	통 트엉	대개, 일반적
thông tin	통 띤	정보
thư	트	편지
thử	트	시험해보다
thư điện tử	트 디엔뜨	이메일 _e-mail

T

thủ đô	트 도	수도
thu nhập	투 넙	수입
thủ tướng	트 뜨엉	수상_首相
thư viện	트 비엔	도서관
thuần khiết	투언 키엗	순결하다
thuận tiện	투언 띠엔	편리하다
thức ăn	특 안	음식
thực đơn	특 던	메뉴_menu
thực tế	특 떼	실제로
thực vật	특 벝	식물
thuê	투에	빌리다
thuê phòng	투에 퐁	체크인하다
thùng	퉁	박스_box
thùng rác	퉁 락(=작)	쓰레기통
thuốc	트억	약
thuốc cảm	트억 깜	감기약
thuốc lá	트억 라	담배
thuốc nhỏ mắt	트억 노 맡	안약
thương nhân	트엉 넌	상인
Thụy Sĩ	투위 씨(시)	스위스
thuyền	투위엔	작은 배

tích cực	띡 끅	적극적
tiếc	띠엑	아쉽다 , 아깝다
tiệc	띠엑	파티
tiền	띠엔	돈
tiễn	띠엔	마중 나가다
tiến hành	띠엔 하잉(한)	진행하다
tiền lương	찌엔 르엉	월급
tiền sinh hoạt	띠엔 씽(신) 호앝	생활비
tiền thừa	띠엔 트아	잔돈
tiền thưởng	띠엔 트엉	상금_돈
tiền xu	띠엔 쑤(수)	동전
tiếng Anh	띠엥 아잉(안)	영어
tiếng địa phương	띠엔 디아 프엉	사투리
tiếng động	띠엥 동	움직이는 소리
tiếng Nhật	띠엥 녇	일본어
tiếng Trung Quốc	띠엥 쭝 꾸옥	중국어
tiếng Việt Nam	띠엥 비엩 남	베트남어
tiếp đãi	띠엡 다이	대접하다
tiếp thị	띠엡 티	마케팅
tiếp tục	띠엡 뚝	계속하다
tiêu chuẩn	띠에우 쭈언	수준

T

tiêu thuyết	띠에우 투위옡	소설
tìm	띰	소설
tin	띤	믿다
tin cậy	띤 꺼이	신뢰하다
tin tức	띤 뜩	뉴스
tin tưởng	띤 뜨엉	확신하다
tỉnh	띵	성_썽 베트남의 지방, 지역
tình bạn	띵 반	우정
tính cách	띵 까익(깍)	성격
tình cảm	띵 깜	감정
tinh thần	띵 턴	정신
tính tiền	띵 띠엔	계산하다
tính toán	띵 또안	계산적이다
tình yêu	띵 위에우	사랑
tivi	띠비	텔레비전
to	또	크다
tờ báo	떠 바오	신문
tờ lịch	떠 릭	달력
tò mò	또 모	호기심이 많다
tổ tiên	또 띠엔	조상
tòa nhà	또아 냐	건물

toàn bộ	또안 보	전체
toán học	또안 혹	수학
tóc	똑	머리카락
tốc độ	똑 도	속도
tội	또이	죄
tối	또이	저녁
tôi	또이	나, 저
tới gần	떠이 건	가까이 가다
tội nghiệp	또이 응이엡	불쌍하다
Tokyo	또꾜	도쿄
tôm	똠	새우
tôn giáo	똔 자오	종교
tổng thống	똥 통	대통령
tốt	똗	좋다
tốt nghiệp	똗 응이엡	졸업하다
trà	짜	차茶
trả góp	짜 곱	할부_loan
trả lại	짜 라이	반환하다
trả phòng	짜 퐁	체크아웃하다_check out
trả tiền	짜 띠엔	갚다_돈을
trái tim	짜이 띰	심장

T

trần nhà	쩐 냐	천정
trần truồng	쩐 쭈옹	맨 몸
trang điểm	짱 디엠	화장하다
tránh	짜잉(짠)	피하다
tránh thai	짜잉(짠) 타이	피임하디
trao đổi	짜오 도이	주고 받다_서로
trẻ	째	어린이
trên	짼	있다_위에
tri thức	찌 특	지식
tro	쪼	재
trò chơi	쪼 쩌이	게임, 놀이
trời	쩌이	하늘
trốn	쫀	도망가다
trong	쫑	있다_안에
trưa	쯔어	점심
trứng	쯩	계란
trung cấp	쭝 껍	중급
trung tâm	쭝 떰	중심
trước	쯔억	있다 _앞에
trường	쯔엉	학교
trường hợp	쯔엉 헙	경우

trưởng nam	쯔엉 남	장남
trưởng nữ	쯔엉 느	장녀
trượt	쯔얻	미끄럽다
truyền thống	쭈위엔 통	전통
truyện tranh	쭈위엔 짜잉(짠)	만화
từ	뜨	단어
từ điển	뜨 디엔	사전
tự do	뜨 조(요)	자유
tự động	뜨 동	자동
tự hào	뜨 하오	자랑
tự học	뜨 혹	독학
tủ lạnh	뜨 라잉(란)	냉장고
từ ngữ	뜨 응으	어휘
tự nhiên	뜨 니엔	자연
từ từ	뜨 뜨	천천히
tuần	뚜언	주_週
tuần trăng mật	뚜언 짱 먿	허니문
túi	뚜이	가방
túi xách	뚜이 싸익(삭)	가방
tươi	뜨어이	신선하다
tuổi	뚜오이	나이

T

tường	뜨엉	벽
tương lai	뜨엉 라이	미래
tượng phật	뜨엉 펕	불상
tuyết	뚜위엩	눈_雪
tuyệt đối	뚜위엩 도이	절대

U

u ám	우 암	흐림
u sầu	우 싸우(사우)	우울하다
Úc	욱	호주
ước mơ	으억 버	꿈
uốn tóc	우온 똑	파마
uống	우옹	마시다
ướt	으얻	젓다 _물에

V

và	바	그리고
vai	바이	어깨
vạn	반	만_万
vấn đề	번 데	문제
vận động	번 동	운동하다
văn học	반 혹	문학
vận may	번 마이	행운
vận mệnh	번 멘	운명
văn phòng	반 퐁	사무실
vàng	방	금_金
vật giá	벝 자	물가
vất vả	벝 바	고생하다
vay	바이	빌리다_돈을
váy	바이	치마
về	베	돌아가다
về hưu	베 흐우	퇴직하다
vé khứ hồi	배 크 호이	왕복표

vé máy bay	배 마이 바이	비행기표
vẻ ngoài	배 응오아이	겉모습
về nước	베 느억	귀국
vệ sinh	베 씽(신)	위생적이다
vẽ tranh	배 짜잉(짠)	그리다 _그림을
vết thương	벧 트엉	상처
vì	비	왜냐하면
ví	비	지갑
vĩ đại	비 다이	위대하다
ví dụ	비 주(유)	예문
vi phạm	비 팜	위반하다
vị trí	비 찌	위치
việc gấp	비엑 갑	급한 일
việc làm	비엑 람	일, 용무
việc nhà	비엑 냐	집안 일
viên chức	비엔 쯕	공무원
viện thẩm mỹ	비엔 텀 미	미용실
viết	비엩	쓰다_글씨를
Việt Nam	비엩 남	베트남
vợ	버	아내
vợ chồng	버 쫑	부부

vô hiệu	보 히에우	무효
vũ trụ	부 쭈	우주
vũ trường	부 쯔엉	나이트클럽
vừa	브아	금방, 막
vua	부아	왕
vui lòng	부이 롱	기분 좋게
vui mừng	부이 믕	반갑게
vui vẻ	부이 배	즐겁다
vùng	붕	지역
vùng quê	붕 꾸에	시골
vứt	븓	버리다

xa	싸(사)	멀다
xã hội	싸(사) 호이	사회
xà lách	싸(사) 라익(락)	샐러드
xà phòng	싸(사) 퐁	비누

xanh	싸잉(산)	파랗다
xấu	써우(서우)	나쁘다
xấu hổ	써우(서우) 호	부끄럽다
xấu xí	써우(서우) 씨(시)	못나다, 보기흉하다
xây dựng	씨이(서이) 증(융)	건축하다, 설계하다
xe buýt	쌔(새) 부잍	버스
xe cấp cứu	쌔(새) 껍끄우	응급차_ambullance
xe đạp	쌔(새) 답	자전거
xe máy	쌔(새) 마이	오토바이
xe ô tô	쌔(새) 오 또	차_車
xe tải	쌔(새) 따이	트럭
xe thuê	쌔(새) 투에	렌터카
xem	쌤(샘)	보다
xét nghiệm	쌭(섵) 응이엠	실험하다
xin chào	씬(신) 짜오	안녕하다/안녕하세요
xin lỗi	씬(신) 로이	죄송하다/사과하다
xinh	씽(신)	귀엽다/예쁘다
xóa	쏘아(소아)	지우다
xoa bóp	쏘아(소아) 봅	안마하다
xong	쏭(송)	끝나다
xuất cảnh	쑤얻(수얻) 까잉(깐)	출국
xuất khẩu	쑤얻 커우	수출

xuất phát	쑤얼(수얼) 팥	출발
xuất sắc	쑤얼(수얼) 싹(삭)	훌륭하다
xương	쓰엉(스엉)	뼈
xuống	쑤옹(수옹)	내리다

Y

ý kiến	이 끼엔	아이디어
ý nghĩ	이 응이	생각
ý nghĩa	이 응이아	의미
y tá	이 따	간호사
yên tâm	위엔 떰	안심하다
yên tĩnh	위엔 띵	조용하다
yêu	위에우	사랑하다
yếu	위에우	약하다

Z

| zô | 쪼 | 건배! |

베·트·남·어

저자 Nguyễn Thi Thu Hằng   감수 Lưu Tuấn Anh
3판 1쇄 2023년 8월 15일   발행인 김인숙   발행처 **디지스**
Editorial Director 김인숙   Designer 김혜경 · 김소아
Cover Design 김소아   Printing 삼덕정판사

서울시 노원구 화랑로 465 엘네스트빌

대표전화   02-963-2456
팩시밀리   02-967-1555
출판등록   제 6-694호

ISBN 978-89-91064-41-6

⊙Digis ©2023, Digis Co.

⊙Digis 는 디지털 외국어 학습을 실현합니다.